மேன்மைக்கான வழிகாட்டி 2

உங்களுக்குக் கிடைத்த பரிசுகளை முழுமையாக
பயன்படுத்தி சரித்திர நாயகன் ஆகலாம் !

The Greatness Guide 2

NOW IN TAMIL

ராபின் ஷர்மா

ஜெய்கோ பப்ளிஷிங் ஹவுஸ்

அகமதாபாத் பெங்களூரு சென்னை டில்லி
ஹைதராபாத் கொல்கொத்தா மும்பை

Published by Jaico Publishing House
A-2 Jash Chambers, 7-A Sir Phirozshah Mehta Road
Fort, Mumbai - 400 001
jaicopub@jaicobooks.com
www.jaicobooks.com

© Robin Sharma

Published in arrangement with
HarperCollins Publishers Ltd
Toronto, Canada

To be sold only in India, Bangladesh, Bhutan,
Pakistan, Nepal, Sri Lanka and the Maldives.

THE GREATNESS GUIDE 2
மேன்மைக்கான வழிகாட்டி 2
ISBN 978-81-8495-791-4

First Jaico Impression: 2015
Third Jaico Impression (New Cover): 2020

தமிழாக்கம்: வெ. ராஜகோபால்

No part of this book may be reproduced or utilized in
any form or by any means, electronic or
mechanical including photocopying, recording or by any
information storage and retrieval system,
without permission in writing from the publishers.

Printed by
Repro India Limited, Mumbai

நம்மிடையே கனவு காண்பவர்களுக்கு - தங்களுடைய உயர்ந்த லட்சியங்களை பேரார்வத்துடன் தொடருகையில் விமர்சகர்களின் அரட்டைக் குரல்களை புறக்கணிக்கத் தயாராக இருக்கும் அந்தத் துணிவு-நிறை ஆன்மாக்களுக்கு

ராபின் ஷர்மாவின் மற்றவை

மெகா லிவிங்

தி மான்க் ஹூ ஸோல்ட் ஹிஸ் ஃபெர்ராரி

லீடர்ஷிப் விஸ்டம் ஃப்ரம் தி மான்க் ஹூ ஸோல்ட் ஹிஸ் ஃபெர்ராரி

ஹூ வில் க்ரை வென் யு டை?

ஃபாமிலி விஸ்டம் ஃப்ரம் தி மான்க் ஹூ ஸோல்ட் ஹிஸ் ஃபெர்ராரி

தி ஸெயின்ட், தி சர்ஃபர் அண்ட் தி ஸீ ஈ ஓ

டிஸ்கவர் யுவர் டெஸ்டினி வித் தி மான்க் ஹூ ஸோல்ட் ஹிஸ் ஃபெர்ராரி

தி கிரேட்னெஸ் கைட்

டெய்லி இன்ஸ்பிரேஷன்ஸ் ஃப்ரம் தி மான்க் ஹூ ஸோல்ட் ஹிஸ் ஃபெர்ராரி

பொருளடக்கம்

1.	உன்னில் சிறந்தவனாக இரு	2
2.	கண்ணுக்குத் தெரியாத வேலிகள்	4
3.	எளிமையின் வலிமை	6
4.	உங்களைப் புறக்கணிக்க முடியாத அளவிற்கு சிறந்தவராக இருங்கள்	8
5.	வெற்றியைப் பெருக்கும் தத்துவம்	10
6.	பளபளக்கும் காலணிகளை அணியுங்கள்	12
7.	கவனமாகக் கேளுங்கள்	14
8.	டேவிட்டைப் போல் கனவு காணுங்கள்	16
9.	இப்பொழுதே செது விடுங்கள்	18
10.	இயல்பாக இனிமையாக இருங்கள்	20
11.	இங்கு தவறுகள் இல்லை	22
12.	நாளையென்னும் வெற்றுப் பலகை	24
13.	நன்றியுடைமையில் மேன்மை காணுங்கள்	26
14.	பொறுப்பேற்பதில் வேகம் காட்டுங்கள்	28
15.	எண்ணங்கள் பயனற்றவை	30
16.	உங்கள் கண்களைத் திறவுங்கள்	32
17.	புகழின் சின்னங்கள்	34
18.	நியாயத்தை மீறி நில்லுங்கள்	36
19.	எல்லாத் தலைவர்களும் ஒரே போல் அல்ல	38
20.	நான் என் தவறுகளிலிருந்து கற்றுக் கொள்கிறேன் (சில நேரங்களில்)	40
21.	ஆற்றல் மிகுந்த கேள்விகள் கேளுங்கள்	42
22.	திணறடிக்கும்படி பணிவாக இருங்கள்	44
23.	சிறந்த அடையாளச் சின்னமாக இருங்கள்	46
24.	முரண்பாடுகளைப் போற்றுங்கள்	48

25.	பொறுப்பின் அளவு	50
26.	வளர்ச்சியில் ஆசை	52
27.	பாராட்டுகள் இங்கு முக்கியமில்லை	54
28.	ஏற்பின் ஒளி	56
29.	நமது சிந்தனைகள் உயர்வாக இருக்கட்டும்	58
30.	அபிப்பிராயங்களைப் பொருட்படுத்த வேண்டாம்	60
31.	உங்களால் மனம் விட்டுச் சிரிக்கமுடியுமா?	62
32.	அதிகாரம் பெறுவது எப்படி	64
33.	பழக்கங்கள் நாகரீகமானவை	66
34.	நிறைவான தருணங்களைக் கண்டு கொள்ளுங்கள்	68
35.	பாராட்டுகளின் முரண்பாடு	70
36.	அதிர்ஷ்டமும் இயற்கை விதியும்	72
37.	ஒட்டக-முதுகு நோக்குறி	74
38.	கூடுதல் 1% சக்தியைப் பயன்படுத்துங்கள்	76
39.	நன்றிக்கடன் திருப்புவது நினைவில் இருக்கட்டும்	78
40.	உங்கள் உள்-நினைப்பு தெரிவிக்கப்படட்டும்	80
41.	ரிச்சர்ட் ப்ரான்சனும் அசத்தும் தன்னம்பிக்கையும்	82
42.	சொற்களின் சக்தி	84
43.	நானும் எட்டிப் பிடிக்கிறேன்	86
44.	முயற்சிக்கும் ஒரு எல்லை உண்டு	88
45.	கண்ணாடிப் பரிசோதனை	90
46.	சங்கடம் தரும் நண்பர்களைத் தேடுங்கள்	92
47.	இருக்கும் இடத்திலியே புதுமை புகுத்துங்கள்	94
48.	பெற்றோராப் பேணுவதின் பெருமை	96
49.	மறைந்திருக்கும் இயந்திரம்	98
50.	மாறுதல்களுக்காகக் காத்திருக்காதீர்கள்	100

51.	மேன்மையான உறவுகளின் முதன்மைத் தத்துவங்கள்	102
52.	கவலையும் சிந்தனையும்	106
53.	மற்றவர்கள் மீதான நம்பிக்கை	108
54.	செது பார்ப்பதே சிறந்த பயிற்சி	110
55.	வலியும் நன்மை பயக்கிறது	112
56.	நீங்கள் எப்படியோ அப்படியே உங்கள் அணி	114
57.	சங்கீதம் வாழ்க்கையைச் சிறப்பாக்குகிறது	116
58.	உங்களுடைய சாக்குபோக்குகளுக்காகப் போராடாதீர்கள்	118
59.	இணைப்பவரா இருங்கள் எப்பொழுதும்	120
60.	உங்களை எது வேறுபடுத்துகிறது?	122
61.	காலம் மிக வேகமாகச் சென்று விடும்	124
62.	அமைதிக்கு என்ன ஆயிற்று?	126
63.	குறைகளில்லா குணசாலி	128
64.	சுதந்திரமளியுங்கள் உங்கள் அணிக்கு	130
65.	செவிமடுக்க ஒரு நாள்	132
66.	அறிவு-நிறை நிறுவனங்கள் போட்டியிடுவது உணர்ச்சியெழுப்ப	134
67.	உங்களுக்குத் தெரியுமென்பது உங்களுக்குத் தெரியும்	136
68.	ஒரு தீரனாகுக	138
69.	திட்டமிடுவது எதற்காக?	140
70.	கேளுங்கள், கொடுக்கப்படும்	142
71.	புதிய விஷயங்களைச் செயுங்கள்	144
72.	சுயத் தேர்ச்சி	146
73.	தனித்துவமாக இருங்கள்	148
74.	உங்கள் மேன்மையை ஒப்புக் கொள்ளுங்கள்	150
75.	கோல்ட்ப்ளே போல இருங்கள்	152
76.	அதிகமாகத் தூங்குவதை நிறுத்துங்கள்	154
77.	அச்சம் தவிர்	156
78.	வாழ்க்கை வாழ்வதற்கே	158

79.	கொடுங்கள் பெறுவதற்காக!	160
80.	ஜே கே போல இருங்கள்	162
81.	பொறுப்பெடுத்துக் கொள்வது எங்கே போயிற்று?	164
82.	உற்சாகம் உங்கள் கையில்	166
83.	கட்டுங்கள் பாலங்களை, வேலிகளையல்ல	168
84.	தோல்வியடைவதில் வேகம் காட்டுங்கள்	170
85.	உங்கள் வளர்ச்சியின் தேவதைகள்	172
86.	முன்னுதாரணத் தலைமை	174
87.	ஆலோசனைகளின் தொழிற்சாலையாக இருக்கவும்	176
88.	உங்கள் உண்மையைப் பேசுங்கள்	178
89.	தலைமை இல்லத்திலிருந்து தொடங்குகிறது	180
90.	விதிகளை மதிக்கவும்	182
91.	மைக்கேல்.ஜே. ஃபாக்ஸிடமிருந்து கற்றுக் கொள்ளுங்கள்	186
92.	பயண முடிவு போல பயணமும் நன்றே	188
93.	எது வெற்றி?	190
94.	உங்களுடைய மிகவுயர்ந்த சுதந்திரம்	192
95.	ஹாலிவுட்டை நோக்கி	194
96.	மேன்மையின் சுமை	196
97.	தீவிரமான வாழ்க்கை வாழுங்கள்	198
98.	உங்கள் முத்திரையைப் பதியுங்கள்	200
99.	உங்கள் பணிக்கு உருவம் கொடுங்கள்	202
100.	மண்டேலா போல மகத்துவமா	204
101.	நீங்கள் மேன்மையாக இருப்பீர்களா இன்று முதல்?	206

"நாம் எப்பொழுது முக்கியமான விஷயங்களில் மௌனமாக இருக்கிறோமோ அப்பொழுது நம் வாழ்க்கையின் முடிவும் தொடங்குகிறது"

மார்டின் லூதர் கிங்.

1

உன்னில் சிறந்தவனாக இரு

உன்னில் சிறந்த ஒருவனாய் நீ ஒருபொழுதும் இருக்கமுடியாது என்று வாரன் பஃப்ஃபே ஒரு முறை கூறினார். அருமையான உள்நோக்கு. ஒரு அருமையான மனிதரிடமிருந்து. என்னை விடச் சிறந்த நான் ஒருபொழுதும் இருக்கமுடியாது. அதேபோல் உன்னைவிடச் சிறந்த நீ இருக்கமுடியாது. நீ சிந்திப்பதை, பேசுவதை மற்றும், செயலாற்றுவதை சிலர் காப்பியடிக்க முயலலாம். ஆனால் அவர்கள் எவ்வளவு கடினமாக முயன்றாலும் உன்னில் சற்று கீழான சிறப்பானவானகவே அவர்களால் இருக்க முடியும். ஏனெனில் நீ தனிச் சிறப்பு வாய்ந்தவன். நம்மிடையே உள்ள கோடிக் கணக்கானவர்களில் உன்னைப் போல் ஒரே ஒருவன் தான் இன்று உலகில் வாழ்கிறான். உன்னைச் சற்றுச் சிந்திக்க வைக்கிறது, அல்லவா? நீ ஒரு தனிச் சிறப்பு வாய்ந்தவன் என்பதை உணர வைக்கிறது. அல்ல, நீ மிகத் தனிச் சிறப்பு வாய்ந்தவன். அங்கு போட்டிகள் இல்லை என்பதே உண்மை.

முன்பு எப்பொழுதும் இருந்ததை விட வாழ்க்கையில் மிகச் சிறப்பாக செயலாற்றுவது அவசியமாக இருக்கும் இன்றைய உலகத்தில் முன்னேறுவதற்கு உனக்காக நீ என்ன செய்துகொள்ள வேண்டும்? உன்னுள் புதைந்து கிடக்கும் ஆற்றலை இன்னும் அதிகமாக்குவாயா? உனக்குள் இயற்கையாக உள்ள படைப்பாற்றலை மேலும் வெளிக் கொணர்வாயா? உன் உண்மை உருவத்தை இன்னும் அதிகமாகக் காட்டுவாயா? மேலும் உன் சிறப்பு எப்படி இருக்கவேண்டுமோ அப்படி அது வெளிப்படுமா? சற்று சிந்திக்கிறாயா? ஏனெனில் உன் சிறப்பை முழுவதுமாக வெளிக் கொண்டுவர இதைவிடச் சிறந்த காலம் இருக்க முடியாது. இப்பொழுது இல்லையானால் பிறகு எப்பொழுது? தத்துவ ஞானி ஹெரோடோடஸ் ஒரு முறை சொன்னது என் நினைவிற்கு வருகிறது : என்ன நடக்குமோ என்ற அச்சத்துடன்

செயலிழந்து இருப்பதை விட நாம் எதிர்பார்க்கும் இன்னல்களாம் அபாயத்தின் ஒரு பகுதியை துணிவுடன் எதிர்கொள்வது சாலச் சிறந்தது. எவ்வளவு அழகாகச் சொல்லியிருக்கிறார்.

உன் மேம்பாட்டை அடைவதற்கு இன்றைய தினத்தை விட சிறந்த நேரம் எப்பொழுதும் இருக்க முடியாது

2

கண்ணுக்குத் தெரியாத வேலிகள்

நான் இங்கு லாஸ் ஏஞ்ஜல்ஸிலுள்ள விமான நிலையத்தில் அமர்ந்திருக்கிறேன். ஜெனரல் எலெக்ட்ரிக் நிறுவனத்தின் உயர் ஆற்றலுள்ள ஒரு குழுவுடன் பேச இங்கு வந்தேன். பதவியில்லா தலைமை ஏற்பதைப் பற்றியும். உலகத் தரத்தின் உதாரணமாக இருப்பதைப் பற்றியும் மற்றும் அவர்கள் பணி யாவற்றிலும் மேன்மை பற்றியும் அவர்களிடம் பேச வேண்டும்.

என் அளிக்கை முடிந்த பிறகு நம்மில் பலர் நமது வாழ்க்கையின் முக்கியமான பகுதிகளில் ஏன் குறையுடன் செயல்படுகிறோம் என்பது பற்றிச் சிந்தித்தேன். நம் ஒவ்வொருவரிடமும் இருக்கும் படைப்பாற்றல் அறிவைப் பயன்படுத்தி நம்மால் ஏன் புதிய விஷயங்களைச் செய்ய முடிவதில்லை? நம் வாழ்க்கையில் வரும் வாய்ப்புகளை நாம் ஏன் மறுக்கிறோம்? நம்மில் பெரும்பான்மையோர் சிறப்பெய்வதுலிருந்து ஏன் ஒதுங்குகிறோம்? எனக்குத் தோன்றிய பதில் - கண்ணுக்குத் தெரியாத வேலிகள்.

நான் சொல்வது இது தான். சென்ற வாரம் நான் கிராமப்புறத்துக்குச் சென்றிருந்தேன். நல்ல காற்றை சுவாசிக்க. புதுமை பெற. சிந்திக்க. ஒரு வீட்டின் புல்வெளியில் நாய்களுக்குப் பயிற்சியளிக்கும் நிறுவனம் ஒன்றின் விளம்பர அட்டையைப் பார்த்தேன். அது கண்ணுக்குத் தெரியா வேலியைப் பற்றிக் கூறியது. நாய் தாண்ட முடியாத ஒரு கண்ணுக்குத் தெரியாத வேலி அமைப்பதைப் பற்றிய விளம்பரம் அது. வேலியை எடுத்து விட்ட பின்பும் அந்த எல்லையைத் தாண்டி ஓடாத நிலைக்கு நாய் இறுதியில் வந்துவிடுகிறது. நாய் தன் மனதில் ஏற்படுத்திக் கொண்ட ஒரு கற்பனையான எல்லை அதற்கு உண்மையாகிவிடுகிறது. நாமும் அது போலத்தான். நாம் வளர்ந்து பெரியவர்களாகும்போது நாம் எதிர்மறையான எண்ணங்களையும், போலியான ஊகங்களையும்,

நம்மைச் செயலிழக்கச் செய்யும் அச்சங்களையும், நம்மைச் சுற்றியுள்ள உலகத்திலிருந்து நமதாக்கிக் கொள்கிறோம். இவைகள் நம்முடைய கண்ணுக்குத் தெரியாத வேலிகளாகிவிடுகின்றன. நாம் அவைகளை உண்மையென்று நம்புகிறோம். சொந்த வாழ்க்கையிலும் பணித்தலத்திலும் அவைகள் எதிர்ப்படும்போது பின்வாங்குகிறோம். அந்த எல்லையை நாம் உண்மையென்று எண்ணுகிறோம். ஆகையால் நாம் உண்மையில் எவ்வளவு சிறப்புடன் இருக்கவேண்டுமோ அதிலிருந்து சுருங்குகிறோம். மாயம் மிகவும் உண்மையானது போல் தோன்றுகிறது. ஆனால் அது அப்படியில்லை. இதை தயவுசெய்து நினைவில் வைத்துக் கொள்ளுங்கள்.

ஆகையால் உங்களுடைய கண்ணுக்குத் தெரியாத வேலிகளை இனம் கண்டு கொள்ள உங்களுக்கு அழைப்பு விடுகிறேன். அவைகளை உணருங்கள். அவைகளைக் கூர்ந்து பாருங்கள். அவைகளுக்கு சவால் விடுங்கள். எப்படியெனில், அவைகளில் ஒன்று எதிர்ப்படும்போது அதிலிருந்து ஓடாமல், உங்கள் மனோ வலிமையையும் உள்-ஆற்றலையும் பயன்படுத்தி அதன் ஊடே சென்று வெற்றி கொள்ளுங்கள். உங்கள் வாழ்க்கையின் கவிதையாம் சாத்தியக் கூறுகளை நோக்கிச் செல்லுங்கள். ஏனெனில் உங்களால் மறுக்கப்படுவது மறைந்து விடாமல் தொடர்ந்து நிற்கும். ஆனால் உங்களால் ஏற்றுக் கொள்ளப்படுவதை உங்களால் தாண்ட முடியும்.

நாம் வளர்ந்து பெரியவர்களாகும்போது
எதிர்மறையான எண்ணங்களையும்,
போலியான ஊகங்களையும், நம்மைச்
செயலிழக்கச் செய்யும் அச்சங்களையுகம்,
நம்மைச் சுற்றியுள்ள உலகத்திலிருந்து
நமதாக்கிக் கொள்கிறோம். இவைகள்
நம்முடைய கண்ணுக்குத் தெரியாத
வேலிகளாகி விடுகின்றன.

3

எளிமையின் வலிமை

நான் என் குழந்தைகளிடமிருந்து எவ்வளவோ கற்றுக் கொள்கிறேன். அவர்கள் என்னுடைய கதாநாயகர்கள் மட்டுமல்ல, என்னுடைய சிறந்த ஆசிரியர்களில் அந்த இருவர்களும் இருக்கிறார்கள். அந்தந்த வினாடிகளில் வாழ்வதெப்படி என்பதை அவர்கள் எப்படியோ எனக்குக் காட்டியிருக்கிறார்கள். வாழ்க்கையை ஒரு சாதனையாகக் காண உதவிகிறார்கள். என் இதயத்தைத் திறக்கக் கற்றுக் கொடுத்தார்கள். மேலும் எளிமையின் வலிமை பற்றிய பற்பல பாடங்களைக் கற்றுக் கொடுத்திருக்கிறார்கள். இன்றைய தினங்களில் நான் எப்பொழுதும் எளிமை பற்றியே சிந்தித்துக் கொண்டிருக்கிறேன். எல்லோரும் தலைவர்கள் தான் என்ற ஒரு எளிமையான செய்தி பற்றி - அவர்கள் யாராக இருந்தாலும் என்ன பணிகள் புரிந்து கொண்டிருந்தாலும் எல்லோருமே தலைவர்கள் தான் என்று நினைக்கிறேன். மக்களையும் நிறுவனங்களையும் உலகத்தரம் வாய்ந்தவையாக உயர வைக்கும் எளிமையான சிந்தனைகளும் கருவிகளும் பற்றி. (உண்மையில் வேலை செய்பவை). மேலும் எளிமையான ஒரு வாழ்க்கை வாழ்வது பற்றி (ஏனெனில், இதய பூர்வமாக நான் ஒரு மிக எளிமையான மனிதன்) சிந்திக்கிறேன். நான் எளிமையை மிகவும் சக்தியுள்ளதாகக் கருதுகிறேன். (தன் நிறுவனத்தில் வெற்றி எளிமையிலிருந்து ஏற்படும் என்று கூகுளின் இணை-ஸ்தாபகர் செர்கீ ப்ரின் இதை மிகவும் அருமையாக சொல்லியிருக்கிறார்) இதை சொல்கையில் என் மகன் கால்பி நினைவிற்கு வருகிறான்.

நாங்கள் சில வாரங்களுக்கு முன் நியூயார்க் நகரத்திற்குச் சென்றிருந்தோம். நெடு நாட்களாக இந்த அனுபவத்திற்காகக் காத்துக் கொண்டிருந்தோம். வேறெதெற்குமில்லை, அவனுடைய பதிமூன்றாவது பிறந்த நாளைக் கொண்டாட.

(ஒரு குழந்தை பதின்ம வயதினனாக ஒரு முறை தானே வாழ்கிறான்). ஸோஹோ (நியூயார்க்கின் பிரபலமான கடைத் தெரு)வில் இங்குமங்கும் சுற்றினோம். எஃப்ஏஓ ஷ்வார்ட்ஸ் ஸில் பொம்மைகள் வாங்கினோம். ப்ரெட் டில் (மதிய உணவுக்கு உலகிலேயே எனக்கு மிகவும் பிடித்த இடங்களில் ஒன்று) அருமையான மதிய உணவு உட்கொண்டோம். விக்கெட் என்ற பிரபலமான நாடகத்தைப் பார்த்தோம். விலை மதிக்க முடியாத மகிழ்ச்சிகளும் மறக்க முடியாத நினைவுகளும் நிறைந்த வார இறுதி. ஒரு தந்தைக்கும் அவர் மகனுக்கும் இடையில்.

ஞாயிறு இரவு, வீடு திரும்ப விமானத்தில் வீற்றிருக்கையில் என் இளைய நண்பனிடம் கேட்டேன், நம்முடைய வார இறுதிக் கொண்டாட்டத்தில் உனக்கு மிகவும் பிடித்தது எது என்று? அவன் அமைதியாக அமர்ந்திருந்தான். ஆழமாகச் சிந்தித்தான். பிறகு புன்னகைத்தான். அப்பா, நேற்று தெருவில் எனக்கு ஹாட் டாக் வாங்கிக் கொடுத்தீர்களே, நினைவிருக்கிறதா? அது தான் எனக்கு மிகவும் பிடித்தது. எளிமையின் வலிமை.

வெற்றி எளிமையிலிருந்து உருவாகும்.

4

உங்களைப் புறக்கணிக்க முடியாத அளவிற்குச் சிறப்பாக இருங்கள்

"உன்னைப் புறக்கணிக்க முடியாத அளவிற்குச் சிறப்பாக இரு", என்பது இள நிலை நகைச் சுவையாளர்களுக்கு நகைச்சுவையாளர் ஸ்டீவ் மார்ட்டினின் அறிவுரை. என்னைக் கவர்ந்த அறிவுரை. ஈடுபாடு உள்ளவர்களுக்கே வாழ்க்கை சாதகமாக இருக்கிறது. உங்கள் வாழ்க்கைக்கு எவ்வளவு அதிகமாக நீங்கள் தருகிறீர்களோ அவ்வளவு அதிகமாகத் திரும்பப் பெறுகிறீர்கள். நீங்கள் செய்பவற்றைச் சிறப்பாகச் செய்து கொண்டு, எப்பொழுதும் உங்கள் திறமையை மெருகேற்றிக் கொண்டு, மேம்பாட்டிற்காக உழைத்தீர்களானால் முடிவில் வெற்றி பெறாமல் இருப்பது என்பது நடக்க முடியாத ஒரு விஷயம். (தி கிரேட்·ஃபுல் டெட் என்ற ராக் இசைக் குழுவின் ஜெர்ரி கார்ஸியா ஒரு முறை கூறியது: நீங்கள் சிறந்தவர்களில் சிறந்தவனாக இருக்க மட்டும் விரும்பினால் போதாது. நீங்கள் செய்பவைகளைச் செய்யும் ஒரே ஒருவராக இருப்பதையே விரும்பவேண்டும்)

சில சமயங்களில் நீங்கள் சோர்வுறலாம். நம் எல்லோருக்கும் ஏற்படுவது தான். நம் கனவுகளை நனவாக்கவும் லட்சியங்களைத் தொடரவும் நாம் கடுமையாக முயலுகிறோம். ஆனால் ஒன்றும் நடப்பதில்லை. அல்லது நடக்கவில்லை போல் தோன்றுகிறது. ஆனால் ஒவ்வொரு தேர்வும் இங்கு முக்கியம். ஒவ்வொரு அடியும் முக்கியம். வாழ்க்கை அதனுடைய நிகழ்ச்சி நிரல் படியே செல்கிறது, நாம் வகுத்தபடி அல்ல. பொறுமையாக இருங்கள். நம்பிக்கை வையுங்கள். ஒவ்வொரு நாளும் தொடர்ந்து செதுக்குவதில் ஈடுபடும் கல்தச்சர் போல இருங்கள். கடைசியில் ஒரு நாளில் கொடுக்கப்படும் ஒரு அடி அந்தக் கல்லைத் தகர்த்து உள்ளிருக்கும் வைரத்தைக் காட்டும். தாங்கள் செய்யும் பணியில்

நம்ப முடியாத அளவிற்கு உற்சாகத்துடன் தன்னை அர்ப்பணித்துக் கொள்பவர் வெற்றியடையாமல் இருக்க முடியாது. நிச்சயமாக.

ஸ்டீவ் மார்ட்டினின் உள் பார்வை என்னுடன் தீர்க்கமாகப் பேசுகிறது. அவர்கள் உங்களைப் புறக்கணிக்க முடியாத அளவிற்கு சிறப்பாக இரு (மேலாண்மை குரு பீட்டர் ட்ரக்கர் இதையே சற்று வித்தியாசமாகச் சொல்லியிருக்கிறார் : சிறப்பாக இருங்கள் அல்லது வெளியேறுங்கள்) உங்கள் பணியில் இந்த தத்துவத்தைக் கடைப்பிடியுங்கள். வீட்டிலும் அதையே கடைப்பிடியுங்கள். உங்கள் உலகத்தில் அதைக் கடைப்பிடியுங்கள். உங்கள் திறைமைகளை உங்களின் உச்சத் திறனுடன் கொடுக்கும் துணிவு உங்களுக்கு மகத்தான பலன்களை அளிக்கும். முடிவில் வாழ்க்கை என்றும் நியாயமாகவே இருக்கும். அதை நம்புங்கள்.

முடிவில் வாழ்க்கை என்றும் நியாயமாகவே இருக்கும். அதை நம்புங்கள்.

5

வெற்றியைப் பெருக்கும் தத்துவம்

இதோ ஒரு சக்திமிகு ஆலோசனை. நீங்கள் உங்கள் அணுக்கள் யாவிலும் நிரம்பும்படி அதைப் பற்றிக் கொண்டால், உங்கள் வாழ்க்கை மற்றும் பணி செய்யும் முறையில் ஒரு பெரு மாற்றம் கொண்டு வருவீர்கள். நீங்கள் அச்சப்படும் விஷயங்களை எந்த அளவிற்கு எதிர் கொள்ள விரும்புகிறீர்களோ அந்த அளவிற்கு உங்கள் வாழ்க்கை விரியவோ அல்லது சுருங்கவோ செய்யும். நீங்கள் அச்சப்படும் விஷயங்களைச் செய்யுங்கள். நீங்கள் பிரகாசிப்பீர்கள். ஃப்ராங்க் ஹெர்பெர்ட் என்ற நூலாசிரியர் ட்யூன் (Dune) என்ற நாவலில் எழுதியது நினைவிற்கு வருகிறது : நான் அச்சப்படக் கூடாது. அச்சம் மனதைக் கொல்லுகிறது. முழுமையாக என்னை ஒழித்துக் கட்டும் ஒரு சிறு மரணமது. என் பயத்தை நான் எதிர்கொள்வேன். அது என் மேல் செல்லவும் என்னை ஊடுருவவும் நான் தயாராயிருக்கிறேன். அது சென்ற பிறகு என் உள்-மனக் கண்ணால் அது சென்ற பாதையைக் காணுவேன். அச்சம் சென்ற இடத்தில் ஒன்றுமிருக்காது. நான் மட்டும் தான் இருப்பேன்.

அசுகமாக/ பாதுகாப்பற்றதாக / பீதியாக உணரவைக்கும் ஒரு சூழ்நிலையை நீங்கள் எதிர்கொள்ளும்போது நடக்கும் விஷயம் ஆச்சரியமானது. அதிலிருந்து வெளியேறும் வழியைத் தேடாமல் நீங்கள் துணிவுடன் இருப்பீர்கள். என்ன செய்ய வேண்டுமென்று உங்களுக்குத் தெரியுமோ அதைச் செய்வீர்கள். முதலில் பயம் என்பது ஒரு பிரமையே என்பதைப் புரிந்து கொள்வீர்கள். இரண்டாவதாக உங்கள் துணிவிற்கு நீங்கள் எதிர்பாராத பலன்கள் பெறுவீர்கள். ஏனெனில் ஒவ்வொரு அச்சக் கதவின் மறு பக்கத்திலும், உங்கள் தனிப்பட்ட வளர்ச்சி, துணிவு, நுண்ணறிவு போன்ற அருமையான பரிசுகள் குவிந்து கிடக்கின்றன. இதை நான் திரும்பத் திரும்பக் கண்டிருக்கிறேன்.

அது வாழ்க்கையின் ஒரு தத்துவம் என்று நான் நினைக்கிறேன். ஆகையால் உங்கள் அச்சங்களை நோக்கிச் செல்லுங்கள். தொடங்கும்போது சிறியதாகத் துவங்குங்கள். நிதானமும் நீள் முனைப்பும் எப்பொழுதுமே வெற்றிக்கு வழி வகுக்கும் . உங்கள் உழைப்பிற்கேற்ற வெற்றி மேலெழும்பத் தொடங்குவதைப் பாருங்கள். உங்களுக்கு மிகவும் தேவையானபோது.

ஒவ்வொரு அச்சமெனும் கதவின்
மறுபக்கத்திலும் அருமையான பரிசுகள்
கொட்டிக் கிடக்கின்றன

6

பளபளக்கும் காலணிகளை அணியுங்கள்

நீங்கள் ஒரு சிறந்த தலைவராக இருக்கவேண்டுமென்றால் உங்கள் காலணிகள் பளபளப்பாக இருக்கவேண்டுமென்று அவசியமில்லை. தலைமை என்பது உங்கள் பதவி பற்றியது அல்ல, அது நீங்கள் இருக்கும் முறை - சுருக்கமாகச் சொன்னால் பதவிப் பெயர் இல்லாமல் நீங்கள் தலைவராக இருக்க முடியும். தலைமை என்பது நீங்கள் உலகத் தரம் வாய்ந்தவராக இருப்பது, விஷயங்களுக்கு சொந்தமாகப் பொறுப்பெடுத்துக் கொள்வது, (பாதிக்கப்பட்டவராக நடந்து கொள்வதற்கு மாறாக) உங்கள் தாக்கமுள்ள வட்டத்தில் மேம்பாடுடன் இருப்பது, சிறந்த உறவுகளை உருவாக்கிக் கொள்வது மற்றும் உங்கள் முன்-மாதிரியால் மற்றவர்களை மேம்படுத்துவது. இந்த அத்தியாயத்தில் நான் சொல்லப்போவது இது தான்: நீங்கள் சின்னச் சின்ன விஷயங்களை எப்படிச் செய்கிறீர்கள் என்பது நீங்கள் பெரிய விஷயங்களை எப்படிச் செய்வீர்கள் என்பதைப் பற்றி நன்கு எடுத்துரைக்கிறது. உங்களுடைய சின்ன விஷயங்களில் சராசரியாக இருப்பதை ஏற்றுக் கொள்வது முக்கிய விஷயங்களிலும் உங்களை சராசரியாக இருக்கும்படி ஆக்கி விடுகிறது.

உங்களுடைய வீடும் வீட்டின் வெளிப்புறமும் நன்கு பராமரிக்கப்பட்டதாக இருந்தால் உங்கள் வாழ்க்கையும் நன்கு அமைந்திருக்கும் என்று நான் கூறுவேன். உங்களுடைய நண்பர்களின் பிறந்த நாள், ஒவ்வொரு மீட்டிங்கிற்குப் பிறகும் நன்றிக் கடிதங்கள் அனுப்புவது, போன்ற விஷயங்களில் நீங்கள் கவனத்துடன் இருந்தீர்களானால், உங்களுடைய முக்கிய திட்டங்களிலும் பெரும் வாய்ப்புகளிலும் நீங்கள் கவனத்துடன் இருப்பீர்கள் என்பதே என் அனுமானம். நீங்கள் பணி புரியும் இடம் ஒழுங்குடன் இருந்தால் உங்கள் வாடிக்கையாளர்களிடம்

உங்களுக்குள்ள ஒப்பிய பொறுப்பின் பிரதிபலிப்பாக அது இருப்பதற்கு வாய்ப்புகள் அதிகம். (ஒருவருடைய குளியலறையின் சுத்தத்தின் அடிப்படையில் அவர்களுடைய வியாபாரத்தைப் பற்றி நான் ஏராளமாகச் சொல்ல முடியும்; ஒரு மாசற்ற குளியலறை, நாங்கள் அக்கறையுடையவர்கள் என்று உரக்கச் சொல்கிறது. அது ஒரு அருமையான சேவையாக உருப்பெறுகிறது)

ஆகையால் விஷயங்களில் முழுமையான கவனம் செலுத்துங்கள். சின்ன விஷயங்களில் கூட குவிகவனம் செலுத்துங்கள் (ஒரு வெறியுடன்). ஆ.மு.க விற்கு பொறுப்பெடுத்துக் கொள்ளுங்கள் : ஆவேசத்துடன் முழு கவனம். உலகத் தரம் வாய்ந்த மக்களும் ஸ்தாபனங்களும் எப்பொழுதும் அதைச் செய்கிறார்கள். ஏனெனில் சிறு விஷயங்கள் தான் உண்மையிலேயே பெரிய விஷயங்கள்.

> நான் சொல்வது இது மட்டும் தான்: சின்னச் சின்ன விஷயங்களை நீங்கள் எப்படிச் செய்கிறீர்கள் என்பது பெரிய விஷயங்களை நீங்கள் எப்படிச் செய்வீர்கள் என்பது பற்றி ஏராளமாகச் சொல்கிறது

7

கவனமாகக் கேளுங்கள்

புகழ் பெற்ற டிஸைனர் ப்ரூஸ் மா வின் மிக முக்கியமான வார்த்தைகளை சற்று முன் தான் படித்தேன். நான் உங்களிடம் அவசியம் பகிர்ந்து கொள்ள வேண்டும். “எங்கள் பணியில் எங்களுடன் இணைந்து பணி புரிய வரும் ஒவ்வொருவரும் அவனுடன் அல்லது அவளுடன் நாங்கள் கற்பனை செய்துகூடப் பார்க்க முடியாத ஒரு வினோதமான சிக்கலான உலகத்தைத் தங்களுடன் கொண்டு வருகிறார்கள். அவர்களுடைய தேவைகள், ஆசைகள் அல்லது பேரார்வங்களின் நுணுக்கங்களையும் விவரங்களையும் செவிமடுத்துக் கேட்பதன் மூலம் அவர்களுடைய உலகங்களை எங்கள் உலக மடிப்புகளில் இணைத்துக் கொள்கிறோம். அவர்களும் நாங்களும் முன்பு இருந்தது போல் ஒருபோதும் இருக்கமாட்டோம்”.

நம்முடைய உரையாடல்களால் நம்முடைய ஆளுமை உருப்பெருகிறது. நாம் சந்திக்கும் மக்கள் மற்றும் நாம் கேள்விப்படும் சிந்தனைகளால் நாம் தாக்கப்படுகிறோம். (மகத்தான சிந்தனை: நீங்கள் சந்திக்கும் ஒவ்வொரு மனிதரும் உங்களுக்குத் தெரியாத ஒன்றையாவது தெரிந்து வைத்திருப்பார்கள். அதை அவர்களிடமிருந்து கற்றுக் கொள்ளாமல் அவர்களைப் போகவிடாதீர்கள்) உங்கள் தனிப்பட்ட மற்றும் தொழில் மேம்பாட்டிற்கு செவிமடுத்துக் கேட்பதென்பது ஒரு மகத்தான திறைமை. தலைவர்கள் கவனத்துடன் கேட்கிறார்கள். நாம் வியக்குமளவுக்கு நன்றாக. மா சொன்னது மிகவும் சரி. நாம் தொடர்பு கொள்பவருடன் ஒன்றி அவரைக் கேட்கும்போது, அவர்கள் அறிந்ததை நம்மிடம் பகிர்ந்து கொள்ள அனுமதிக்கும்போது, அவர்களுடைய கண் விழிகளுக்குப் பின்னே சென்று கற்றுக் கொண்டு, வளர்ந்து, நம்மில் சிறந்ததை எட்ட ஒரு வாய்ப்பு கிட்டுகிறது. சரியான

நபரிடம், சரியான நேரத்தில் பேசும் அதிர்ஷ்டம் உங்களுக்கு இருந்தால் - அந்த ஒரு உரையாடல் உங்கள் சிந்தனை, உணர்வு மற்றும் நடத்தையை நிரந்தரமாக மாற்றுவதாக இருக்கலாம். அவர்களுடைய நக்ஷத்திரத் துகள்கள் உங்கள் மேல் படியும். நீங்கள் உருமாற்றம் பெறுவீர்கள். நிரந்தரமாக.

நீங்கள் சந்திக்கும் ஒவ்வொரு மனிதரும் உங்களுக்குத் தெரியாத ஒன்றையாவது தெரிந்து வைத்திருப்பார்கள். அதை அவர்களிடமிருந்து கற்றுக் கொள்ளாமல் அவர்களைப் போக விடாதீர்கள்

8
டேவிட்டைப் போல் கனவு காணுங்கள்

நீங்கள் ஒரு மனிதரைச் சந்திக்க வேண்டும் என்று நான் விரும்புகிறேன். வணிக மற்றும் சமூகத் தலைவர்களுக்காக ஒரு சொற்பொழிவாற்ற நான் மெக்ஸிகோ நகரத்தில் இருந்தபோது என்னை அவருக்கு அறிமுகப்படுத்தினார்கள். அவருடைய கதை என்ன உணர்ச்சி வசப்பட வைத்தது. அவருடைய துணிவிற்கு முன் நான் சிறியவனாக உணர்ந்தேன்.

டேவிட் மேயிஜா காதுகளில்லாமல் பிறந்தவர். அவருடைய குழந்தைக்காலம் முழுவதும் சரியாகக் காது கேட்காமல் அவர் துன்பப்படுவார் என்றும் அவர் வளர்ந்த மனிதராக முழுமையான வாழ்க்கை வாழ்வது அரிதென்றும் டாக்டர்கள் கணித்துச் சொன்னார்கள். அவருடைய இளமைக்காலம் அறுவைச் சிகிச்சைக்குப் பின் அறுவைச் சிகிச்சையாலும், அளவுக்கதிகமான வலியாலும், அவருடைய உருவத்தைக் கேலிசெய்யும் சகமாணவர்களின் காயப்படுத்தும் சீண்டல்களாலும் நிறைந்திருந்தது. ஆனால் டேவிட்டின் விடாமுயற்சி தளரவில்லை. நீங்கள் தோல்விகளுக்கு ஊடாகவும் தொடர்ந்து முனைகிறீர்களா அல்லது தோல்விகளால் மூழ்கடிக்கப்படுகிறீர்களா என்பதே பல வழிகளில் உங்கள் மேன்மையைத் தீர்மானிக்கிறது. டேவிட் கனவு கண்டார். கடுமையாக உழைத்தார். மேலும் நம்பிக்கையுடன் இருந்தார். ஏனெனில் அவர் அபார விஷயங்களைச் சாதிக்கப் பிறந்தவர் என்பது அவருக்குத் தெரியும்.

டேவிட் மேயிஜா ஆசீர்வதிக்கப்பட்டவர். அவர் மனது சக்தி வாய்ந்தது. விசாலமான இதயம். வலிமையுள்ள ஆன்மா. அற்புதமான பெற்றோர்கள். அவர்கள் கிட்டத்தட்ட ஒவ்வொரு நாளும் வாழ்க்கையில் சிறந்ததை நோக்கினால் அவருக்கு அது தெரியும் என்று அவரிடம் சொன்னார்கள். தான் பாதிப்பிற்குள்ளானவன் என்று ஒருபொழுதும் நினையாதிருக்க

அவனை ஊக்குவித்தார்கள். அவருடைய சவால்களின் நடுவில் வாய்ப்புகளைத் தேடச் சொன்னார்கள். அவரும் கண்டு கொண்டார். மிக மிக அருமையாக.

நான் மெக்ஸிகோ நகரத்தில் சந்தித்த இவர் ஒரு தலைவர். ஒரு கதாநாயகர். நம்மை ஊக்குவிப்பவர். ஏன்? ஏனெனில் நம்மில் பலர் நினைத்து அழக்கூடிய அவருடைய வாழ்க்கை அவருக்குக் கொடுத்ததை எடுத்துக் கொண்டு அதைத் தங்கமாக மாற்றினார். அவர் இப்பொழுது செயற்கை காதுகள் அணிந்துள்ளார். ஆரோக்கியமாக, ஆச்சரியப்படும்படி வீரியமுள்ளவராக இருக்கிறார். தன் தொழிலில் அபார வெற்றியடைந்திருக்கிறார். மகத்தான மகிழ்ச்சியும் அன்பும் கொண்டிருக்கிறார். எனக்குத் தெரிந்த பலரை விட அவருக்கு அதிகமான நண்பர்கள். (எனக்கிருப்பதை விட மிக அதிகம்) குறைகள் என்று சொல்வதற்கு ஒன்றுமே இல்லாத மக்களெல்லாம் சின்னச் சின்ன விஷயங்களைப் பற்றி புகார்கள் செய்து புலம்பிக் கொண்டிருக்கும்போது அவர் திகைக்குமளவிற்கு நிறைவுடன் இருக்கிறார்.

நீங்கள் இருட்டைத் திட்டலாம் அல்லது ஒரு மெழுகு வத்தியை ஏற்றி உங்கள் தலைமையைக் காட்டலாம். வாழ்க்கை என்பது உள்ளவற்றிலிருந்து எதைத் தேர்ந்தெடுத்துக் கொள்கிறீரகள் என்பதே. உங்களுடைய அன்றாடத் தேர்வுகள் ஒன்று சேர்ந்து உங்கள் விதியைத் தீர்மானிக்கிறது. தினத்திற்குப் பின் தினமாக. வாரத்திற்குப் பின் வாரமாக. மாதத்திற்குப் பின் மாதமாக. வருடத்திற்குப் பின் வருடமாக. டேவிட் மேயிஜாவிற்கு எந்தத் தேர்வுகள் அவரைத் தன்னுடைய சிகரத்தின் உச்சிக்கு எடுத்துச் செல்லும் என்பது தெரியும். உங்களுக்கும் தான்.

நீங்கள் இருட்டைத் திட்டலாம் அல்லது ஒரு மெழுகு வத்தியை ஏற்றி உங்கள் தலைமையைக் காட்டலாம்.

9

இப்பொழுதே செய்து விடுங்கள்

இன்று காலை நான் விழித்துக் கொண்டபோது மிக் ஜாக்கெர் இன் தனி ஆல்பமான காடெஸ் இன் தி டோர்வே (Goddess in the Doreway) சங்கீதம் என் தலையில் உரக்க இசைத்துக் கொண்டிருந்தது. : நோ யூஸ் கெட்டிங்க் மிஸ்டி இட், இட் ஆல் ஸ்க்ரீம்ஸ் பை ஸோ ஃபாஸ்ட் (கண்கள் பனிப்பதில் பயனொன்றுமில்லை, வாழ்க்கை மிக வேகமாய் ஓடி விடுகிறது) உன்னால் இன்று செய்யமுடிவதை ஏன் தூரத்திலுள்ள வேறொரு காலத்திற்குத் தள்ளிப் போட வேண்டும்? ஒரு மனிதனாக உன்னால் ஆடமுடியும் சிறந்த ஆட்டத்தை எதிர் காலத்தில் என்றோ ஒரு காலத்திற்கு ஏன் தள்ள வேண்டும்? நன்றாக மகிழ்ச்சியுடன் இருப்பதை உங்களுக்கு வயதாகும் வரை ஏன் ஒத்திப் போட வேண்டும்? அன்றொரு நாள் தன்னுடைய ஓய்வுகாலச் சேமிப்பைப் பற்றி யோசனை செய்து கொண்டிருந்த ஒரு இளம் பெண்ணைப் பற்றிப் படித்தேன். அவள் சொன்னாள், "நான் நிறைய பணம் சேமித்து வைத்துக் கொள்வதை உறுதி செய்து கொள்ள விரும்புகிறேன் - அப்படிச் செய்தால் என் வாழ்க்கையின் கடைசி காலத்தில் நான் மகிழ்ச்சியாக இருக்க முடியும்". எனக்குப் புரியவில்லை. வாழ்க்கையை அனுபவிக்க உங்களுக்கு வயதாகும் வரை ஏன் காத்திருக்க வேண்டும்?

உங்கள் எதிர்காலத்திற்காக திட்டமிடுவதின் முக்கியத்துவத்தை நீங்கள் புறக்கணிக்க வேண்டும் என்று நான் சொல்லவேயில்லை. ஒரு நீள் பார்வையுடன் ஒரு முழுமையான வாழ்வுக்குத் தயார் செய்யுங்கள். எப்பொழுதும் போல அது ஒரு சம நிலை எய்துவது. நீங்கள் திட்டம் போடுங்கள். ஓய்வு காலத்திற்காக சேமியுங்கள். யுக்தியுள்ளவராக இருங்கள். ஆனால் அதே சமயம், இன்றைய நொடிகளில் வாழுங்கள். உங்கள் ஆட்டம் சிறப்பாக இருக்கட்டும். அன்றாடத் தேர்வுகளைச் செய்யுங்கள்.

புத்திசாலியாக இருங்கள். எமிரேட்ஸ் விமான நிறுவனத்தின் ஒரு விளம்பரம் இப்படிக் கேட்கிறது: நீங்கள் முதல் முதலாக ஏதாவது செய்தது கடைசியாக எப்போது? அறிவுசார்ந்த விளம்பரம்.

ஆகையால் உங்கள் நாட்களை வண்ணத்தால் நிரப்புங்கள். இன்றைய தினம் கொண்டு வரும் மிகச் சிறந்தவற்றைத் தேடுங்கள். நிறைய சிரியுங்கள். நிறைய அன்பு செலுத்துங்கள். நிறையக் கனவு காணுங்கள். வரவிருக்கும் காலத்தில் உங்களுக்கு ஒரு வாய்ப்பு வந்தால் - அது நிச்சயமாக வரும் என்பது நம் இருவருக்கும் தெரியும் - அதை அள்ளிக் கொள்ளுங்கள். ஏனெனில் வாழ்க்கை ஓடி விடும். மிக வேகமாக.

நன்றாக மகிழ்ச்சியுடன் இருப்பதை உங்களுக்கு வயதாகும் வரை ஏன் ஒத்திப் போட வேண்டும்?

10

இ.இ.இ. (இயல்பாக இனிமையாக இருங்கள்)

உங்களிடம் ஒரு கேள்வி: பணி விவரணங்கள் எதிலும் கவனத்தைக் கவரும்படி இனிமையாக இருக்க வேண்டும் என்று எழுதியிருப்பதை நாம் ஏன் காண்பதில்லை? ஒவ்வொரு நாளும் என்னென்ன செய்து முடிக்கப்பட வேண்டும் என்று அந்த விவரணங்களில் ஏராளமாகச் சொல்லப்பட்டிருக்கும். ஆனால் இனிமையாக இருப்பது என்பது ஒரு உபரி விஷயம் என்று தோன்றுகிறது. அது ஒரு இணைப்பு தான். தாமதமாக வரும் ஒரு சிந்தனை. எனக்குப் புரியவில்லை.

பல வழிகளில் பார்க்கும்போது இனிமையாக இருப்பதென்பது, உலகத்தரம் வாய்ந்த வியாபரத்தின் உயிர் நாடி என்று நான் நினைக்கிறேன். குழு உறுப்பினர்களிடம் இனிமையாக இருந்தால் (ஒவ்வொரு நாளும் அவர்கள் விருப்பத்துடன் பணிக்கு வரும்படி) நல்ல திறைமைசாலிகளை அது ஈர்த்து தக்க வைத்துக் கொள்கிறது. உங்களுக்கு பொருள்கள் வினியோகம் செய்பவரிடம் இனிமையாக இருப்பது (உங்களுக்காக என்ன வேண்டுமானாலும் செய்யும் வகையில்) உங்கள் செயல்பாடுகளை மேம்படுத்துகிறது. உங்கள் வாடிக்கையாளர்களிடம் இனிமையாக இருப்பது (அவர்கள் உங்களிடம் திரும்ப வரும்படி) உங்களிடம் விசுவாசமும் முழுமையான ஆதரவும் நல்கும் வாடிக்கையாளர்களைப் பெருக்குவதற்கு ஒரே வழி. இனிமையே நீடித்து நிலைக்கும் வியாபாரத்தை உருவாக்குகிறது. இதோ ஒரு உதாரணம்.

நேற்று அருகிலுள்ள மளிகைக் கடைக்குச் சென்றிருந்தேன். மதிய உணவிற்கான சில புரோட்டீன்களும் காய்கறிகளும் தேவையாய் இருந்தது. என் ஆக்கத்திறன் உச்சத்தில் இருந்தது. அதனால் என் மூளைக்கு வான்கோழிக் கறியும் பயறும் கொடுக்க விரும்பினேன். எனக்குத் தேவையானதைக் கேட்டேன். கவுண்டரின்

பின்னாலிருந்த இளம் பெண் புன்னகையுடன் சொன்னாள், "எங்கள் வழக்கப்படி வான்கோழியை முழுவதுமாகத் தான் விற்க வேண்டும். ஆனால் உங்களுக்காக அதைத் துண்டாக்க முடியுமா என்று பார்க்கிறேன்". ஒரு நிமிடம் பொறுத்து எனக்கு வான்கோழித் துண்டு கிடைத்தது. அவள் கண் சிமிட்டலுடன் தொடர்ந்தாள்,

"நான் உங்களுக்குத் தந்தது மிகவும் சுவையூட்டப்பட்ட ஒரு துண்டு - உங்களுக்கு அது மிகவும் பிடிக்கும்". மேலும் அந்த இனிய சேவை தொடர்ந்தது, எனக்கு உதவி செய்வது. என்னை ஆச்சரியத்திலாழ்த்துவது. என்னைத் தடுமாறவைக்கும் அளவிற்கு இனிமையாக இருப்பது. இந்த, விதி விலக்கான மிகச் சிறந்த நுகர்வோர் சேவை எனக்கு ஒரு ருசியான அனுபவமாக இருந்தது. ஏனெனில் அவள் அசாதாரணமாக இனிமையாக இருந்தாள்.

நான் இன்று மதிய உணவு எங்கு உட்கொண்டேன் என நினைக்கிறீர்கள்? அங்கு தான் சென்றேன், பெரும்பான்மையான மனிதர்கள் போல என்னை நன்றாக நடத்துபவர்களிடமே நான் வியாபாரம் செய்கிறேன். இனிமையானவர்கள் வெற்றி பெற உதவ யார் தான் விரும்பாமலிருப்பார்கள்? இனிமை என்னுடைய விசுவாசத்தைப் பெற்றுக் கொண்டது. அவர்களுடைய இனிய சேவையின் நற்செய்தியைப் பரப்பும் ஒருவனை உருவாக்கியது. உலகத் தரம் வாய்ந்த வாணிபத்தில் இனிமை முக்கியமாகக் கருதப்படுகிறது. ஆகவே இ.இ.இ. நிதமும்.

இனிமையே என்றும் தொடரும் வியாபாரத்தை உருவாக்குகிறது.

11

இங்கு தவறுகள் இல்லை

நீங்கள் செய்த தவறுகளுக்காக உங்களைத் தண்டித்துக் கொள்வது மிக சுலபம். நம்மில் அனேகர் நிகழ்காலத்தில் வாழ்ந்து நமக்கென ஒரு ஒளிமயமான எதிர்காலத்தை உருவாக்கிக் கொள்வதற்கு பதில், கடந்து போனவைகளிலேயே வாழ்ந்து கொண்டிருக்கிறோம்.தாங்கள் செய்த ஏதோ ஒன்றிலோ அல்லது தாங்கள் சந்தித்த தோல்வியிலோ சிலர் வருடக் கணக்காக முடங்கிக் கிடக்கிறார்கள். வருந்தத்தக்கது. வாழ்க்கையை வீணடிப்பது ஒரு கொடூரமான விஷயம்.

ஆனால் உங்களிடம் ஒரு கேள்வி: உண்மையில் தவறு என்று ஒன்று இருக்கிறதா? முதன் முதலாக ஒருவரும் வேண்டுமென்றே தோற்பதற்கோ அல்லது விஷயங்களைக் குழப்புவதற்கோ முயலுவதில்லை. நம்மில் ஒவ்வொருவரும் நம் வாழ்க்கைப் பயணத்தில் காலையில் எழுந்திருந்து, இந்த உலகத்தில் சென்று, நமக்குத் தெரிந்தவை மற்றும் நம் திறைமைகளின் அடிப்படையில் நம்மால் முடிந்த அளவிற்கு விஷயங்களைச் சிறப்பாகச் செய்கிறோம். ஆனால் அதை விட முக்கியமான விஷயம், தவறு என்று சொல்லப்படும் ஒவ்வொன்றும் உண்மையில் கற்பதற்கான ஒரு செழிப்பான ஆதார வளம். மேலும் அதிகமான விழிப்புணர்வையும் புரிதலையும் வளர்த்து அருமையான அனுபவங்களைப் பெற ஒரு வாய்ப்பு. அந்த அனுபவங்கள் தான் நம்மை மேம்படுத்தி விஷயங்களை மேலும் சிறப்பாகப் புரிந்து கொள்ளவும் பணியாற்றவும் உதவுகின்றன. உங்கள் வாழ்க்கையில் நடந்த ஒவ்வொரு விஷயங்களும் - நல்லவைகளும் மற்றும் கடினமானவைகளும் - நீங்கள் இப்பொழுது இருக்கும் ஒரு நபராக உங்களை உருவாக்கத் தேவையாயிருந்திருக்கின்றன. அதைத் தவறுகள் என்று ஏன் சொல்ல வேண்டும்? ஆக, ஒருகால், தவறுகள் என்று ஏதும் இங்கு

இல்லையோ? நாம் தோல்விகள் என்று அழைப்பவை எல்லாம் ஓநாய் உடுப்பில் உள்ள ஆடு போல வளர்ப்பு பாடங்கள். மேலும் ஒருகால் எந்த நபர் அதிகமான அனுபவங்கள் பெறுகிறாரோ அவரே வெற்றியடைகிறார் போலும்.

> உங்கள் வாழ்க்கையில் நடந்த ஒவ்வொரு விஷயங்களும் - நல்லவைகளும் மற்றும் கடினமானவைகளும் - நீங்கள் இப்பொழுது இருக்கும் ஒரு நபராக உங்களை உருவாக்கத் தேவையாயிருந்திருக்கின்றன.

12

நாளையென்னும் வெற்றுப் பலகை

இன்று நள்ளிரவில் உங்களுக்கு ஒரு மிக அருமையான பரிசு கிடைக்கப் போகிறது: ஒரு புதிய 24 மணி நேரங்கள். இந்த நேரம் பரிசுத்தமானது, அப்பழுக்கில்லாதது மேலும் வரம்பற்றது. அவைகள் உங்கள் துணிவைக் காட்டுவதற்கும், சிறப்பாக நடந்து கொள்வதற்கும், பரிவுடன் தொடர்பு கொள்வதற்கும் மேலும் உங்களை மேம்படுத்தும் புதிய பழக்கங்களைப் பயின்று உங்களுடையனவாக ஒருங்கிணைத்துக் கொள்வதற்கும் உங்களுக்கு வாய்ப்பளிக்கின்றன. உங்களுக்குச் சிரித்து மகிழ இடம் தருகின்றன. உங்கள் மதிப்பை உயர்த்திக் கொள்ள. உங்கள் கனவுகளை நனவாக்க. நீங்கள் ஒத்துக் கொண்டாலும் இல்லாவிட்டாலும் நாளை என்பது மகத்தானது. எல்லோருக்கும் அது கிடைப்பதில்லை.

நான் கழகஸ்தானிலிருந்து இப்பொழுதுதான் வீடு திரும்பினேன். மலைகளால் சூழப்பெற்று, ஆப்பிள் மரங்கள் நிறைந்திருக்கும் அல்மாடி ஒரு அழகான நகரம். உண்மையிலேயே என்றும் மறக்க முடியாத பண்புகளுடன் மகிழ்ச்சியாக இருக்கும் மக்கள் நிறைந்தது, அங்கு நான் வழங்கிய தலைமை பற்றிய கருத்தரங்கு எனக்கு மிக்க மகிழ்ச்சி தந்த ஒன்று. அங்கிருந்து திரும்பும் நீண்ட விமான பயணத்தில் நான் பீட்டர் மேய்லேயின் எ குட் இயர் (A Good Year) என்ற புத்தகத்தைப் படித்தேன். அவருடைய எ இயர் இன் ப்ரோவென்ஸ் (A Year in Provence) புத்தகத்தை நான் மகிழ்வுடன் படித்திருக்கிறேன், அதனால் இது என்னை ஆசுவாசப்படுத்தும் என்று எண்ணினேன். அது ஆசுவாசம் அளித்தது. ஓய்வு நாட்களில் படிப்பதற்குச் சிறந்த புத்தகம். அதிலுள்ள ஒரு வரி என்னை ஈர்த்தது: உன் வாழ்க்கை முழுவதையும் முட்டி போட்டு வாழ்வதைவிட நிற்கும்போது இறப்பது மேல். நிச்சயமாக ஒரு சக்தி வாய்ந்த வாக்கியம். நன்றி,

பீட்டர் மேயிலே அவர்களே. என்னை உசுப்பியதற்காக. மிக முக்கியமானதைத் தெளிவு படுத்தியதற்காக.

ஆக உங்கள் நாளைய தினத்தை ஒரு விசேஷ தினமாகக் கருதுங்கள். இல்லை, இல்லை, அதை மகத்தானதாக மாற்றுங்கள். பிரமிக்கத் தக்கதாக. ஒரு கலைப் பொருளாக - உங்கள் பேரன் பேத்திகளிடம் பெருமையுடன் பகிர்ந்து கொள்ளும் தினமாக. ஒரு நாளில் ஒருவன் எத்தனை சாதிக்க முடியும் என்பதை நினைத்தால் ஆச்சரியமாயிருக்கிறது. ஒவ்வொன்றும் நம்மை மென்மேலும் மேம்படுத்த ஒரு வாய்ப்பு.

உன் வாழ்க்கை முழுவதையும் முட்டி போட்டு வாழ்வதைவிட நிற்கும்போது இறப்பது மேல்

13

நன்றியுடைமையில் மேன்மை காணுங்கள்

சற்று முன்பு காட்டப்பட்ட ஸி.என்.எனின் லாரி கிங்க் லைவ் நிகழ்ச்சியில் கிங்க், காரோலின் தாமஸைப் பேட்டி கண்டார். அவளுடைய முன்னாள் காதலன் அவளை முகத்தில் சுட்டபோது முகத்தில் முக்கால் வாசியை அவள் இழந்திருந்தாள். முகம் முழுவதும் கட்டுகளுடன் ஒரு கண் மட்டும் வெளியில் தெரிய அமர்ந்திருந்த அவளின் துணிவு நான் இதுவரை பார்த்திராத ஒன்று.

அது என்னை நன்றியைப் பற்றி நினைக்க வைத்தது. சக்தி வாய்ந்த சிந்தனை: நீங்கள் உங்கள் வாழ்க்கையில் எதை மதிக்கிறீர்களோ அதன் மதிப்பு கூடுகிறது. நீங்கள் எதைப் பற்றி சிந்திக்கிறீர்களோ, எதில் கவனம் செலுத்துகிறீர்களோ அது வளருகிறது. நீங்கள் பாராட்டும் விஷயங்களின் மதிப்பு உயருகிறது. உங்கள் நல்ல ஆரோக்கியத்தைப் போற்றுங்கள். உங்கள் குடும்பத்தைப் போற்றுங்கள். போற்றுங்கள் உங்கள் திறைமைகளை, உங்கள் நண்பர்களை, உங்கள் பணியை, உங்கள் வாழ்க்கையை. போற்றினால் உங்கள் அகப் பார்வை மாறத் தொடங்கும். உங்கள் வாழ்க்கையின் அருளாசிகள் தெரியும் (அதன் உடைந்த பாகங்களுக்குப் பதிலாக)

என்னிடம் ஒரு பெரிய பட்டியல் இருக்கிறது. உங்களுக்காக ஒரு ஆலோசனை: உங்கள் நன்றியைக் காட்ட 50 விஷயங்களைப் பட்டியலிடுங்கள். முதல் பத்து உருப்படிகள் சுலபமாக இருக்கும்.: உங்கள் அன்புக்குரியவர்கள், உங்கள் வேலை, இல்லம் முதலானவைகள். ஆனால் அடிமட்டத்திற்குச் செல்லுங்கள். மூழ்குங்கள் (முத்துக்கள் ஆழத்தில் தானே கிடைக்கும்) உங்களால் பேச முடிவதற்கு நன்றியுடையவராக இருங்கள் (ஆங்கிலம், ஜப்பான் மொழி, ஸ்பானிஷ், ஹீப்ரூ அல்லது ஹிந்தி ஏதோ ஒன்று). நன்றியுடையவராக இருங்கள் - உங்கள்

இரு கண்களுக்காக, ஆரோக்கியமான இதயத்துக்காக, நீங்கள் யுத்தப் பிரதேசத்தில் வாழாமலிருப்பதற்காக, மற்றவர்களிடம் நன்றியுடையவராக இருங்கள், உங்கள் காலையுணவிற்காக மேஜையில் இருக்கும் பழங்களைப் பயிரிட்ட விவசாயியிடம். நீங்கள் செலுத்தும் காரை உருவாக்கிய தொழிற்சாலையில் பணிபுரியும் தொழிலாளர்களிடம். நீங்கள் பற்பசை வாங்கும் கடையின் காசாளரிடம். நீங்கள் செல்லப்போகும் உணவு விடுதியில் உங்களுக்கு உணவு பரிமாறப்போகும் நபரை ஆசீர்வதியுங்கள். (இது உங்கள் வாழ்க்கையையே மாற்றக்கூடிய விஷயமானலும் நாம் அதை அவ்வாறு எண்ணுவதில்லை)

நன்றியுணர்வுள்ள மனோபாவம். உங்கள் ஆசிகளை எண்ணுங்கள். எதையும் சாதாரணமாக எடுத்துக் கொள்ளாதீர்கள். நீங்கள் இப்பொழுது எண்ணிப்பார்ப்பதை விட இன்னும் பல விஷயங்களுக்கு நீங்கள் நன்றியுடையவராக இருக்க வேண்டும் என்று நான் பந்தயம் கட்டுகிறேன். சற்று எண்ணிப் பாருங்கள். நன்றியுணர்வு மேலெழும்பட்டும். பிறகு உங்கள் இருக்கைப் பட்டையை மாட்டிக் கொள்ளுங்கள். வரப்போவதைக் கவனியுங்கள்.

நீங்கள் உங்கள் வாழ்க்கையில் எதை
மதிக்கிறீர்களோ அதன் மதிப்பு அதிகமாகிறது.

14

பொறுப்பேற்பதில் வேகம் காட்டுங்கள்

உண்மையான தலைமை என்பது தானாகப் பொறுப்பேற்றுக் கொள்வது பற்றியது. அது அருமையான விளைவுகளை உருவாக்குவது பற்றி. அது விஷயங்களை நடத்தி முடிப்பதற்கு பொறுப்பேற்றுக் கொள்வது பற்றி - நீங்கள் முன்னணியில் இருப்பவராக இருந்தாலும் அல்லது உச்ச அதிகாரியாக இருந்தாலும். நான் சொல்வது இது தான்.

நேற்று நான் மளிகைப் பொருள்கள் வாங்கிக் கொண்டிருந்தேன். அதற்காக வரிசையில் நின்று கொண்டிருந்தேன். முன்னே நோக்கியபோது அங்கு குழப்ப நிலையில் இருந்த ஒரு பெண்மணியைப் பார்த்தேன் - அவர்களுடைய வங்கி கணக்கு அட்டை வேலை செய்யவில்லை போலத் தோன்றியது. காசாளரோ காரின் முகப்பு விளக்கில் மாட்டிக் கொண்ட மான் போலக் காணப்பட்டார். அவர் உறைந்து போய் அமர்ந்திருந்தார். என்ன நடந்து கொண்டிருக்கிறது என்பதை அவர் விளக்கவில்லை. (கம்ப்யூட்டர் அமைப்புகள் பழுதாகியிருந்தன என்பது பிற்பாடு தெரிய வந்தது) விஷயங்களைச் சமாளித்து மேல் நடத்த அவர் ஒன்றுமே செய்யவில்லை. எங்களை நோக்கி ஒரு அசட்டுச் சிரிப்பு சிரித்துவிட்டு பதட்டத்துடன் சிறிதாக சீழ்க்கையடித்தபடி நின்றிருந்தார். நமக்கு மிகத் தெளிவாகத் தெரிகிறது, சவால்களான சந்தர்ப்பங்களிலேயே தலைமை தன்னைக் காட்டுகிறது என்பது உண்மை. அனைத்தும் நன்றாக நடந்து கொண்டிருக்கும் நேரங்களில் அல்ல.

நம்முடைய பணியிலோ அல்லது வாழ்க்கையிலோ நமக்கு சோதனைகள் ஏற்படும்போதே தலைமை மேலெழும்புகிறது. அது போன்ற சவால்கள் ஏற்படும்போது நாம் ஒவ்வொருவரும், பதவியில்லாத் தலைவராக அந்தச் சவாலை எதிர்கொள்ள வேண்டும். நாம் திட்டமிட்டபடி விஷயங்கள் நடக்காதபோது

நாம் மிளிர வேண்டும். பொறுப்பேற்றுக் கொள்ள வேண்டும். உடனேயே. இறுதியில் கணினி அமைப்புகள் சரியாகின, அந்தப் பெண்மணியின் வங்கி அட்டை பயன்படுத்தப்பட்டது, நானும் வரிசையில் முன்னேறினேன். ஆனால் அடுத்த முறை அந்த மளிகைக் கடைக்குச் செல்ல வேண்டியிருந்தால், நான் அதைப் பற்றித் தேர்வு செய்யும் நிலையிலிருந்தால் நான் சவாலை எதிர்கொள்ளும் ஒரு காஷியரைத் தேர்ந்தெடுப்பேன். எவர் வேகமாகச் சிந்திக்கிறாரோ, எவர் வேகமாகச் செயல் படுகிறாரோ அவரிடம் செல்வேன். உறைந்து போகுபவரிடம் அல்ல.

நமக்கு மிகத் தெளிவாகத் தெரிகிறது,
சவால்களான சந்தர்ப்பங்களிலேயே தலைமை
தன்னைக் காட்டுகிறது என்பது உண்மை.
அனைத்தும் நன்றாக நடந்து கொண்டிருக்கும்
நேரங்களில் அல்ல.

15

எண்ணங்கள் பயனற்றவை

அத்தியாயத்தின் தலைப்பு சர்ச்சைக்குரியதோ? இருக்கலாம். ஆனால் நான் அது உண்மையென்றே நினைக்கிறேன். சிந்தனைகளே வெற்றியின் வித்துக்கள்; சிந்தனையே வியாபாரத்தை இயக்குகிறது; நாம் நாள் முழுவதும் எதை எண்ணிக் கொண்டிருக்கிறோமோ அதுவாகவே ஆகி விடுகிறோம் என்றெல்லாம் பல குருமார்கள் சொல்வதை நான் கேட்டிருக்கிறேன். ஆனால் என்னைப் பொறுத்தவரை செயலாக்கப்படாத சிந்தனைகள் வெறும் கவைக்குதவா கற்பனைகள். (உங்கள் குழு அடுத்த முறை கூடும்போது இதைத் தைரியமாக மற்றவர்களிடம் பகிர்ந்து கொள்வீர்களா?) வேறு மாதிரி சொன்னால், எவ்வளவு சிறந்ததாக இருந்தாலும், ஒரு சிந்தனை அதைச் செயலாக்கி அதற்கு உயிர் கொடுக்கும்போதே மதிப்பு பெறுகிறது.

இந்த நமது உலகம் தங்களுடைய மேன்மையின் மகிமையை உணராத மகத்தான சிந்தனையாளர்கள் நிறைந்தது. அவர்கள் சிந்திப்பதில் சிறந்தவர்களாக இருந்தாலும் செயலாக்குவதில் பலவீனமாக இருந்தார்கள். அந்த முட்டுக் கட்டையால் அவர்கள் பாதிப்புக்குள்ளானவர்கள். (ஜெர்மன் கவிஞர் ஜோஹான் வான் கோதே இவ்வாறு கூறுகிறார், உன்னால் எதைச் செய்ய முடிந்தாலும், அல்லது செய்ய முடியும் என்று நீ கனவு கண்டாலும் அதைத் தொடங்கு. துணிவில் நுண்ணறிவும், சக்தியும், மந்திரமும் இருக்கிறது) உலகத்தரம் வாய்ந்த மக்கள் இரண்டையும் சரியாகச் செய்கிறார்கள். அவர்கள் சிந்திப்பதில் புத்திசாலிகளாகவும் செயலாற்றுவதில் திறைமையுள்ளவர்களாகவும் விளங்குகிறார்கள். விஷயங்களைச் செய்து முடிப்பதில் உண்மையிலேயே ஆக்கமுள்ளவர்களாகவும் சிறந்தவர்களாகவும் இருக்கிறார்கள்.

ஆகையால் உங்கள் திறமையை செயலாற்றுவதில் காட்டுங்கள். ஆமாம், உங்கள் பணியையும் வாழ்க்கையையும் மேம்படுத்தும் சக்தி படைத்த அருமையான, புதுமையான சிந்தனைகளை அள்ளிக் கொண்டு அவைகளின் ஒளியில் சுகமாகத் திளைத்திருங்கள். பிறகு

உங்கள் உள்மனத்தின் ஆழத்திற்குச் சென்று, அந்தச் சிந்தனைகளை செயல் படுத்தும் ஒழுக்கத்தைப் பெற என்ன செய்ய வேண்டுமோ அதைச் செய்யுங்கள். ஏனெனில் நீங்கள் இயங்காவிட்டால் ஒன்றும் நடக்காது.

இந்த நமது உலகம் தங்களுடைய மேன்மையின் மகிமையை உணராத மகத்தான சிந்தனையாளர்கள் நிறைந்தது.

16

உங்கள் கண்களைத் திறவுங்கள்

சற்று முன் எனக்கு அதிர்ச்சி தந்த ஒன்றைக் கண்டேன். நான் எனக்கு மிகவும் பிடித்தமான ஸ்டார் பக்ஸ்க்குச் சென்றிருந்தேன். அங்கு ஒரு காரைக் கண்டேன். அதன் எஞ்சின் ஓடிக் கொண்டிருந்தது. பின் ஸீட்டில் ஒரு குழந்தை; ஆனால் டிரைவர் இல்லை. தந்தை கடைக்கு முன்னால் காரை நிறுத்திவிட்டு தன்னுடைய காலை ஜாவாக் காபியை வாங்குவதற்காக கடைக்குள் சென்றிருந்தார். குழந்தையை விட அவருக்கு காபி முக்கியம்?

நம்முடைய மும்முரத்திலும் அன்றாட அலுவல்களிலும் நாம் சிக்கிக் கொள்வது சுலபம். அதனால் நாம் என்ன செய்கிறோம் என்பதை உணர்ந்து செய்ய வேண்டியதின் அவசியத்தை நாம் மறந்து விடுகிறோம். பெரும்பான்மையான மனிதர்கள் சிந்திப்பதை விட மரிப்பதை விரும்புவார்கள், என்று தத்துவ ஞானி பெர்ட்ராண்ட் ரஸ்ஸல் எழுதியிருக்கிறார். (பலர் அதைச் செய்யவும் செய்கிறார்கள், என்று சேர்த்துக் கொள்கிறார்.) இந்த உலகத்தில் மனிதர்கள் மட்டும் தான் தங்களுக்குள்ளிலிருந்து வெளியே வந்து தங்கள் எண்ணங்களையும் செயல்களையும் திரும்பச் சிந்தித்துப் பார்க்க முடியும் ஜீவராசிகள். குரங்குகளால் இதைச் செய்ய முடியாது. நாய்களால் முடியாது. பூனைகளால் முடியாது. நம்மால் மட்டும் தான் முடியும்.

உங்களால் இன்று பிராண வாயுவை சுவாசிக்க முடியுமென்றால், வரவிருக்கும் நேரத்தில் (நாட்களில்/ மாதங்களில்/ வருடங்களில்) உங்கள் தலைமைத்தனத்தைக் காட்டும் வல்லமை படைத்தவர்கள் நீங்கள் என்று நான் நினைக்கிறேன். தலைமை என்பது உங்கள் சிறந்த தன்மையைக் காட்டுவது. அது மாறிக் கொண்டிருக்கும் காலத்தில் மேம்பாட்டுடன் இருந்து உங்களைச் சுற்றியுள்ளவர்களைப் பாராட்டுவது. மேலும் தலைமை என்பது விழிப்புணர்வுடன் இருப்பது. உங்கள் எண்ணங்களை உணர

வேண்டும். உங்கள் செயல்களை உணர வேண்டும். உங்கள் குறிக்கோள்களை, உங்கள் முன்பின் விஷயங்களை, உங்கள் திறன்களை, உங்கள் பயங்களை, உங்கள் பேரார்வங்களை, நீங்கள் உணர வேண்டும். காலம் மிகவும் குறுகியது என்பதை உணர வேண்டும்.

உங்களுக்குக் கிடைத்த வாழ்க்கையை நடத்த வாழ்க்கை உங்களுக்குத் தந்துள்ள புத்திசாலித்தனத்தை நீங்கள் உணர வேண்டும். (என் வாழ்க்கையும் கூட அவ்வப்போது தாறுமாறாகும்)

ஆகையால் உங்கள் கண்களை அகலத் திறந்து வைத்துக் கொண்டு வாழுங்கள். தெளிவு இருந்தாலே தேர்ச்சி பெற முடியும். விஷயங்களைப் பற்றிச் சிந்தியுங்கள். முன்பு எப்போதும் இருந்ததை விட ஒளியுடன் இருங்கள். நியாயமாக நடந்து கொள்ளுங்கள். மேலும் காரில் உள்ள குழந்தைகளைப் பாதுகாப்பாகப் பார்த்துக் கொள்ளுங்கள்.

நம்முடைய மும்முரத்திலும் அன்றாட
அலுவல்களிலும் நாம் சிக்கிக் கொள்வது
சுலபம். அதனால் நாம் என்ன செய்கிறோம்
என்பதை உணர்ந்து செய்ய வேண்டியதின்
அவசியத்தை நாம் மறந்து விடுகிறோம்.

17

புகழின் சின்னங்கள்

இன்று குழந்தைகளுடன் பள்ளிக்கு நடந்து செல்கிறேன். என் ஊரில் இன்று மனதை அள்ளும் இலையுதிர்காலத்தின் காலைப் பொழுது. அக்காலத்தின் நிறங்கள், சுத்தமான காற்று, சுகமான வெப்ப நிலை. எனக்கு மிகவும் பிடித்த காலம்.

தன்னுடைய நண்பன் ஒருவன் அவனுடைய காரில் ஒரு ரப்பர் ஆமை வைத்திருக்கிறான் என்று கால்பி என்னிடம் சொல்கிறான். அது அவனுடைய பெற்றோர்களை காரை மெல்ல ஓட்ட ஞாபகப்படுத்தி, சாலையில் செல்லும் மற்ற உயிர்களை மதிக்க வைக்கிறது என்கிறான். அருமை. இது என்னை மற்ற ஞாபக அடையாளங்களின் முக்கியத்துவத்தை நினைக்க வைத்தது.- மிக முக்கியமான விஷயங்களை நாம் நினைவு படுத்திக் கொள்ள முக்கியமான இடங்களில் யுக்தியாக நாம் வைக்கும் டோக்கன்கள். எவைகள் முக்கியமோ அவைகள். நாம் எவைகளை முக்கியமாகக் கருதுகிறோமோ அவைகள்.

தலைமை பற்றி நான் நடத்தும் பயிற்சி முகாம்களில் பங்கு பெறும் என் வாடிக்கையாளர்களுக்கு நான் பரிந்துரை செய்யும் மிக எளிதான ஒரு யுக்தி - அவர்களுடைய மிக முக்கியமான பணி சம்பந்தமான மற்றும் சொந்த இலக்குகளை ஒரு 3 அங்குலம் x 5 அங்குல அட்டையில் எழுதி அதை அவர்களுடைய குளியலறை கண்ணாடியில் ஒட்டி வைத்தால் காலையில் முதன் முதலாக அது கண்ணில் படும் என்பதே. (இது அறுவை ஆலோசனை போல் தோன்றும். ஆனால் அது உண்மையிலேயே பயன் தருகிறது). இந்த சிறிய பயிற்சி உங்கள் உணர்வைத் தாக்குகிறது. தீவிரமாக. பிறகு உங்கள் உணர்வு உங்கள் தேர்வுகளை வடிவமைக்கிறது. உங்கள் தேர்வுகள் உங்கள் விளைபலன்களில் தாக்கமேற்படுத்துகிறது. அசாதாரணமான மக்கள் தங்களுடைய சிறந்த செய்கைப் பட்டியலில் தீவிர கவனம் செலுத்துகிறார்கள். அதையே தான் அவர்கள் எப்பொழுதும் எண்ணுகிறார்கள்,

பேசுகிறார்கள், கனவு காண்கிறார்கள். (க்ளியர் வாடர் ஃபைன் ஃபுட்ஸ் மிகப் பெரிய உணவு தயாரிக்கும் நிறுவனங்களில் ஒன்று - அதனுடைய ஸ்தாபகர் ஜான் ரிஸ்லீ அவர்களைப் பற்றிப் படித்தது நினைவுக்கு வருகிறது:)

"நான் ஒரு ஒப்பந்தத்தை விரும்பினால், அதைச் செய்து முடிக்கும் வரை வேறு ஒன்றைப் பற்றியும் சிந்திப்பதில்லை. இரவு குளியறையைப் பயன்படுத்த எழும்போதும் அந்த ஒப்பந்தத்தைப் பற்றி நினைத்துக் கொண்டிருப்பேன். என் கவனம் தீவிரமானது. அது போன்ற தீவிர கவனம் இருப்பவர்கள் தாங்கள் நினைத்ததை என்றும் சாதிக்கிறார்கள். பாதை மாறிப் போவது நம் அனைவரையும் விட மிக மிகக் குறைவு.

ஆக உங்களைச் என்றும் சிகரத்தின் உச்சியில் வைத்துக் கொள்ள என்னென்ன அடையாளங்களை நீங்கள் பயன்படுத்தலாம்? அன்றாட அலுவல்களின் அழுத்தங்கள் உங்கள் கவனத்திற்காக ஆரவாரங்கள் எழுப்பிக் கொண்டிருக்கும்போது உங்கள் முக்கிய இலக்குகளின்பால் உங்கள் கவனத்தை ஈர்க்க எந்த மேம்பாட்டு டோக்கன்களைக் கண்டு பிடிப்பீர்கள்? ஒரு அசாதாரணமான வாழ்வு வாழ நீங்கள் தகுதி பெற்றவர். அதை உங்கள் தனிப்பட்ட அடையாளங்களைக் கண்டு கொண்டு தொடங்குங்கள் - எவ்வளவு சிறந்த மனிதராக ஆக நீங்கள் தயாராக இருக்கிறீர்களோ அதற்கு உகந்தவாறு அவைகள் இருக்கட்டும்.

அன்றாட அலுவல்களின் அழுத்தங்கள் உங்கள் கவனத்திற்காக ஆரவாரங்கள் எழுப்பிக் கொண்டிருக்கும்போது உங்கள் முக்கிய இலக்குகளின்பால் உங்கள் கவனத்தை ஈர்க்க எந்த மேம்பாட்டு டோக்கன்களைக் கண்டு பிடிப்பீர்கள்?

18

நியாயத்தை மீறி நில்லுங்கள்

எனக்கு மிகவும் பிடித்த மேற்கோள் ஜார்ஜ் பெர்னார்ட் ஷா கூறியது: "நியாயமான மனிதன் உலகத்தோடு ஒத்துப் போகிறான். நியாயத்தை மீறி நிற்பவன் உலகத்தைத் தன்னோடு ஒத்துப்போக முயன்று கொண்டே இருக்கிறான். ஆகையால் எல்லா முன்னேற்றங்களும் நியாயத்தை மீறி நிற்பவனைச் சார்ந்திருக்கிறது". இந்தக் கருத்தைப் பற்றி ஒரு நிமிடம் சிந்தியுங்கள். அது மகத்தானது என்று நான் நினைக்கிறேன்.

நீங்கள் உலகத்தில் வாழும்போது நிச்சயமாக நடைமுறையோடு ஒத்துப் போய் புத்திசாலியாக நடந்து கொள்ள வேண்டும். பொது அறிவைப் பயன்படுத்துவது முக்கியம் என்று நான் ஒத்துக் கொள்கிறேன். முட்டாள்தனமான தேர்வுகள் எதிர்மாறான விளைவுகளை ஏற்படுத்தலாம் என்பது உண்மை தான். ஆனால் இப்படிச் சொன்னேனென்று, நீங்கள் தோல்வியையும் ஏமாற்றத்தையும் கண்டு பயந்து உங்கள் கனவுகளை முடக்கிவிடக்கூடாது. நீங்கள் எப்பொழுதும் விவேகத்துடன், நடைமுறைக்கு ஒவ்வியபடி சிந்தித்து, காரண-காரியங்களைப் பார்த்துக் கொண்டு சிறந்த வாய்ப்புகள் வரும்போது அதைப் பற்றிக்கொள்ளத் தவறி விடாதீர்கள். உங்களால் என்ன செய்யமுடியும் என்பதற்கு நீங்களே வரம்பு கட்டி விடாதீர்கள். துணிவாகச் சிந்திப்பவர்கள், மற்றும் சிறந்த தொலை நோக்குடையவர்களின் சிந்தனைகள் என்றுமே விமர்சகர்களின் கேலிச்சிரிப்புக்கு ஆளாகியிருக்கிறது என்பதை நினைவில் கொள்ளுங்கள். அந்த விமர்சனத்தை நிராகரித்து விடுங்கள். மனிதனின் முன்னேற்றத்தின் மிகச்சிறந்த கண்டுபிடிப்புகளெல்லாம், "உன் ஆலோசனை நிறைவேற்ற முடியாத ஒன்று" என்று சொல்லப்பட்டவரின் மகத்தான முயற்சியாலேயே சாதிக்கப்பட்டன, உலகத்திற்கு இன்னும்

அதிகமாக கனவு காண்பவர்கள் தேவைப்படுகிறது. நம்மைச் சாதாரணமாக இருக்கச் செய்யும் உந்துதலை மீறி நிற்கும் அசாதாரணமான ஆன்மாக்கள். மெத்தனத்தின் சுகத்தைத் தாண்டி நிற்பவர்கள்.

அவர்கள் ஒரு விஷயத்தை வேறு விதமாச் செய்து பார்க்க முயலுபவர்கள். நீங்கள் அவர்களில் ஒருவராக இருக்கலாம். இன்று முதல்.

தி ப்ராஃபெட் (The Prophet) என்ற புத்தகத்தில் கலீல் கிப்ரான், என்னால் என்றுமே முடியாத அளவிற்கு இதை மிக அழகாகச் சொல்லியிருக்கிறார். சுகத்திற்கான பேராசை ஆன்மாவின் பேரார்வத்தைக் கொன்று விடுகிறது.

துணிவாகச் சிந்திப்பவர்கள், மற்றும் சிறந்த
தொலை நோக்குடையவர்களின் சிந்தனைகள்
என்றுமே விமர்கர்களின் கேலிச்சிரிப்புக்கு
ஆளாகியிருக்கிறது என்பதை நினைவில்
கொள்ளுங்கள். அந்த விமர்சனத்தை
நிராகரித்து விடுங்கள்.

19

எல்லாத் தலைவர்களும் ஒரே போல் அல்ல

பொதுவாக என்னுடைய அளிக்கைகள் முடிந்த பிறகு பல அதிகாரிகள் என்னிடம் வந்து எல்லோரும் தலைவர்கள் தான் என்று நான் சொல்வதைப் பற்றிக் கேட்கிறார்கள். இந்த கிரகத்திலுள்ள சிறந்த நிறுவனங்களெல்லாம் ஒரு பொதுவான இயல்பைக் கொண்டுள்ளன. அவைகள் தங்கள் போட்டியாளர்களை விட வேகமாகத் தங்கள் ஸ்தாபனம் முழுவதிலுமாக தலைவர்களை வளர்க்கின்றன. அதை நிறைவேற்ற முனைவதில் தான் அவர்களுடைய தலையாய கவனம். மேலும் அதை வேகமாகவும் நிறைவேற்றுகிறார்கள்.

ஆனால் அனைவருமே ஒரு நிறுவனத்தை நடத்த வேண்டுமென்று நான் சொல்லவில்லை. எல்லோருமே தங்கள் நடத்தையில் தலைமையைக் காட்டலாம். அதனால் எல்லோருமே ஸ்தாபனத்தை தலைமையேற்று நடத்துவார்கள் என்று பொருளில்லை. இங்கு தரப்போகும் உவமை இந்த வேறுபாட்டைத் தெளிவாக்குமென நான் நினைக்கிறேன்.

எனக்கு U2 (அமெரிக்காவிலுள்ள ஒரு இசைக் குழு) வைப் பிடிக்கும். அதனுடைய தலைமைப் பாடகர். போனோ என்ற பெயருள்ளவர். லாரி முல்லென் ஜூனியர் என்பவர் டிரம் வாசிப்பவர். லாரி தலைமைப் பாடகராக முயன்றாலோ அல்லது போனோ குழம்பிப் போய் டிரம் வாசித்தாலோ அங்கு கலவரம் தான் நிகழும். அல்லது அந்தக் குழுவின் பிரயாண மேலாளர் ஓர் இரவு தான் போனோவாக இருக்கலாம் என்று நினைத்து, போனோ உடை மாற்றும் அறையில் இருக்கும்போது அரங்கத்தில் நுழைந்தாரென்றால் எப்படியிருக்கும் என்று கற்பனை செய்து பாருங்கள். நன்றாக இருக்காதல்லவா?

உங்கள் பாகத்தைப் புரிந்து கொள்ளுங்கள். என்ன பணி செய்து கொண்டிருந்தாலும் எல்லோருமே தலைவர்கள் போல் நடந்து கொள்ள வேண்டும். அதன் பொருள் என்னவென்றால் ஒவ்வொருவரும் தாங்கள் செய்து முடிக்க வேண்டிய பணிகளில் மேன்மையான விளைபலன்களைத் தருவதற்கு பொறுப்பேற்றுக் கொள்ள வேண்டும். ஒரு கலாச்சாரத்தை உருவாக்குவதற்கு ஒவ்வொருவரும் தங்கள் பங்கைச் செய்ய வேண்டும்.

ஒவ்வொருவரும் ஊக்கமுள்ளவராகவும் நிறைவான சிந்தனைகள் உள்ளவராகவும் இருக்க வேண்டும். ஒவ்வொருவரும் தங்கள் வாடிக்கையாளர்களுக்காக தங்கள் பொறுப்புகளைத் தாண்டி செயல் பட வேண்டும். மாற்றங்களை, விஷயங்களை மேம்படுத்துவதற்கான வாய்ப்புகளாகப் பார்க்க வேண்டும். ஒவ்வொருவரும் உண்மையிலேயே தலைவராக இருக்க முடியும். தங்களுடைய பொறுப்புகளில் மேம்பாட்டிற்காகப் பாடுபட்டு ஒரு அபார தாக்கத்தை ஏற்படுத்த முடியும். ஆனால் எல்லோரும் ஒரே போல் அல்ல.

எல்லோருமே தங்கள் நடத்தையில் தலைமையைக் காட்டலாம். அதனால் எல்லோருமே ஸ்தாபனத்தை தலைமையேற்று நடத்துவார்கள் என்று பொருளில்லை.

20

நான் என் தவறுகளிலிருந்து கற்றுக் கொள்கிறேன் (சில நேரங்களில்)

தவறு செய்வதில் தவறொன்றுமில்லை. நாம் மனிதர்கள் தான். தவறுகள் நாம் கற்றுக் கொள்வதற்கும் வளர்வதற்கும் ஒரு சக்தி வாய்ந்த வழி. ஆனால் ஒரே தவறை ஒரு தடவைக்கு மேல் பண்ணாமல் பார்த்துக் கொள்ளுங்கள். அப்படிச் செய்தால் அது உங்களுக்கு கிடைக்கக் கூடிய பாடத்தை நீங்கள் எதிர்க்கிறீர்கள் என்றாகிறது. நீங்கள் வாழ்க்கைக்கு செவி மடுப்பதில்லை என்றாகிறது. நீங்கள் கவனம் செலுத்துவதில்லை என்பதைக் காட்டுகிறது.

தி கிரேட்னெஸ் கைட் (மேன்மைக்கு வழிகாட்டி-1) புத்தகத்தில் எப்படி டோரொன்டோ ஹோட்டல் லாபியில் ஹார்வி கீட்டெல்லைச் சந்திக்கும் வாய்ப்பை நான் இழந்தேன் என்பது பற்றி எழுதியிருந்தேன். கார்லோஸ் காஸ்டெனீடா சொன்னதுபோல் அங்கு தானாகவே அளிக்கப்பட்ட அந்த ஒரு கன சென்டிமீட்டர் வாய்ப்பை பிடித்துக் கொள்ளத் தவறிவிட்டேன். ஆனால் அதற்காகப் பரிகாரம் செய்யத் தீர்மானம் செய்து கொண்டேன். நான் செய்வேனென்று உங்களுக்கு வாக்குறுதி கொடுத்திருந்தேன். அதை நான் காப்பாற்றிவிட்டேன். என்னுடைய பிரசுரகர்த்தரைச் சந்திக்கச் சென்றிருந்தேன். எனக்குப் பிடித்தமான ஜப்பான் நாட்டு உணவு விடுதியில் அவசர அவசரமாக சுஷி (ஜப்பானிய உணவு) மத்திய உணவு உண்டுகொண்டிருந்தேன். என் மேஜைக்கு அடுத்த மேஜையில் யார் அமர்ந்திருந்தார் என்று நினைக்கிறீர்கள்? எரிக் க்ளாப்டன். உண்மையாக.

சரியான சமயத்தில் (ஒரு வாய்ப்பை பிடித்துக் கொள்ள சரியான நேரம் என்று ஒன்று கிடையாது, இருந்தாலும் அவர் உண்டு கொண்டிருந்த டெம்பூராவைத் உண்டு முடிக்கட்டும் என்று காத்திருந்தேன்) அவரிடம் ஹலோ சொன்னேன். நிச்சயமாக என்

நாடித் துடிப்பு அதிகமானது. (நான் ஒரு சாதாரண மனிதன் என்பது உங்களுக்குத் தெரியுமே) ஆமாம், அவர் மறுத்து விடுவாரோ என்று கவலைப் பட்டேன். ஆனால் நீங்கள் முயலாவிட்டால் உங்களுக்குத் தெரியாமலே போய்விடும். அந்தப் பாய்ச்சலை நான் மேற்கொண்டால் அவரைச் சந்திப்பதற்கு ஒரு வாய்ப்பு கிடைக்கலாம். ஆனால் அந்த முயற்சியை எடுக்காவிட்டால், அந்த வாய்ப்பு ஒருபொழுதும் கிடைக்காது என்று எனக்கு நிச்சயமாகத் தெரியும்.

ஆகையால் அந்த வாய்ப்பை அள்ளிக் கொண்டேன். எங்களுக்குள் ஒரு இனிமையான உரையாடல் நிகழ்ந்தது. சுவாரசியமான மனிதர். எல்லா உரையாடல்களும் செய்வது போல என்னைச் சற்று மேம்படுத்தும் மற்றொரு உரையாடல்.

ஒவ்வொரு நாளும் வாழ்க்கை உங்களுக்கு கற்றுக் கொள்ளவும், வளரவும் உங்கள் மேம்பாட்டில் காலடி எடுத்து வைக்கவும் வாய்ப்புகளை அனுப்புகின்றது. சில வாய்ப்புகள் திரும்ப வருவதே இல்லை. வருந்துவதும் ஒரு சாய்ஸ் / தேர்வு தான்.

நீங்கள் முயலாவிட்டால் உங்களுக்கு தெரியாமலே போய்விடும்.

21

ஆற்றல் மிகுந்த கேள்விகள் கேளுங்கள்

நீங்கள் எதிர்கொள்ளும் ஒரு பிரச்சினை அல்லது சவாலுக்குத் தீர்வு கண்டு பிடிப்பதற்கு மிக வேகமான வழிகளில் ஒன்று சரியான கேள்வியைக் கேட்பது. சரியான கேள்வி தவறாமல் உங்களை சரியான பதிலின்பால் அழைத்துச் செல்லும். கேள்விகள் முக்கியமானவை. வியாபாரத்தில் சிறப்பாகப் பணியாற்றுபவர்கள், சரியான கேள்விகள் கேட்பதில் மிகச் சிறப்பான திறைமைகள் வாய்த்தவர்கள். அது போன்ற கேள்விகள் அவர்கள் செல்ல வேண்டிய இடத்திற்கு அவர்களை வேகமாகக் கொண்டு செல்லும். அவர்கள் கண்டு பிடிக்க வேண்டிய விடுபட்ட துண்டுகளை அவர்கள் முன் வைக்கும். உங்கள் வாழ்க்கையில் உங்களை ஒரு சக்தி வாய்ந்த கேள்வியைக் கேட்டுக் கொள்வது, உங்களுக்குப் பழகிப் போன வழியில் சிக்கி உங்கள் கண்களுக்குத் தெரியாமல் மறைந்து கொண்டிருக்கும் முழுவதும் புதிதான சாத்தியக்கூறுகளை ஆராய வழி வகுக்கும்.

தலைமை வளர்ப்புப் பணியில் ஈடுபட்டிருக்கும் எங்கள் வாடிக்கையாளர்களுடன் நான் பகிர்ந்து கொள்ளும் ஆறு கேள்விகள் இதோ. இதை நீங்கள் எழுதிக் கொண்டால் நலம். பிறகு உங்கள் குறிப்பேட்டில் அதற்குப் பதில்கள் தர இன்று சற்று நேரம் எடுத்துக் கொள்ளுங்கள்.

- நான் செய்யும் எந்த ஒரு விஷயம் - நான் அதைச் செய்தால் - நான் பணியாற்றும் முறையில் (மேலும் என் வாழ்க்கையில்) ஆழ்ந்த மேம்பாட்டை ஏற்படுத்தும்?

- இன்றிலிருந்து அடுத்த 90 நாட்களுக்குள் என்ன நடந்தால் அந்தக் காலாண்டு என் பணியிலும் வாழ்க்கையிலும் மிகச் சிறந்தது என்ற உணர்வை எனக்குத் தரும்? (தெளிவு

பிறந்தாலே தேர்ச்சி பிறக்கும் என்பதை நினைவில் கொள்ளுங்கள்)

- நான் யார் யாருக்குப் பாராட்டுகள் தெரிவிக்க வேண்டும்? (உங்கள் பட்டியல் நீண்டதாகவே இருக்கட்டும்)
- என் தொழிலிலும் என் வாழ்க்கையிலும் எதை மேம்படுத்த விரும்புகிறேன்?
- இப்பொழுது நன்றியுடையவனாக இல்லாமல் இருக்கும் எதற்கு நான் நன்றியுடையவனாக இருக்கவேண்டும்?
- என்னுடைய பணி ஓய்வு விருந்தில் மற்றவர்கள் என்னை எப்படி ஞாபகத்தில் வைத்துக் கொள்ள வேண்டுமென்று விரும்புகிறேன்?

இந்த நாளை உங்கள் சிறந்த நாளாக்க நீங்கள் முனைந்திருக்கும்போது எனக்கு மிகவும் பிடித்தமான மேற்கொள்களில் ஒன்றை உங்களுக்குச் சொல்லிவிட்டு விடை பெறுகிறேன் (இது மார்க் ட்வெய்னிடமிருந்து); ஒவ்வொருவரும் தம்மிடம் மிகவும் திருப்தியாக இருந்தால் கதாநாயகர்களே இருக்க மாட்டார்கள்.

வியாபாரத்தில் சிறப்பாகப் பணியாற்றுபவர்கள், சரியான கேள்விகள் கேட்பதில் மிகச் சிறப்பான திறைமைகள் வாய்த்தவர்கள். அது போன்ற கேள்விகள் அவர்கள் செல்ல வேண்டிய இடத்திற்கு அவர்களை வேகமாகக் கொண்டு செல்லும்.

22

திணறடிக்கும்படி பணிவாக இருங்கள்

மாலை 4.15.(நாளின்சிறந்தநேரம்)நான்ஒருஅருமையானகாப்பி குடித்துக் கொண்டிருக்கிறேன். சிம்பில் ப்ளானின் பெர்ஃபெக்ட் வோர்ல்ட் என்ற பாட்டைக் கேட்டுக் கொண்டிருக்கிறேன். சிந்தித்துக் கொண்டிருக்கிறேன். வாழ்க்கையைப் பற்றி, கற்றுக் கொள்வதைப் பற்றி. உண்மையான மேம்பாட்டைப் பற்றி. ஒரு சக்தி வாய்ந்த எண்ணத்தை உங்களுடன் பகிர்ந்து கொள்ள விரும்புகிறேன். பணிவில் சிறந்தவனே மகத்தானவன்.

சற்று முன்பு கனடாவிலேயே மிக அதிகமாக செல்வம் படைத்த கென்னத் தாம்ஸன் இறந்து போனார். கனடாவின் தேசீயப் பத்திரிக்கைகளில் ஒன்றான தி க்ளோப் அண்ட் மெயில், ஒரு பில்லியனைரின் காலையுணவு என்ற தலைப்பில் அவரைப் பற்றிய விவரக் குறிப்பொன்றைப் பிரசுரித்தது. தாம்ப்ஸனுடைய ப்ரன்ச் (காலை+மதிய உணவு) விவரிக்கப்பட்டிருந்தது. அவருடைய உணவில் கேவியர் (விலை மதிப்புள்ள மீனின் பாகம்) இருக்கவில்லை. ஒவ்வொரு வார இறுதியிலும் அவர் அருகிலுள்ள ஒரு சின்ன உணவு விடுதிக்குச் சென்று 10.95 அமெரிக்க டாலருக்கு ப்ரன்ச் பஃப்ஃபே உணவை ஆர்டர் செய்வார். என்னைக் கவர்ந்து விட்டார்.

அந்த உணவு விடுதியின் சொந்தக்காரர், ஒரு பேட்டியில் தாம்ஸனின் அசாதாரணமான பணிவைப் பற்றி பேசினார். அவர் எப்பொழுதும் மிகுந்த கருணையுடையவராக ஆனால் எளிமையானவராக இருந்தார். பணியாளர்களிடம் நகைச் சுவையுடன் பேசுவார்.மேலும் தான் யாரென்று காட்டிக் கொள்ளமாட்டார். அவர் எப்பொழுதும் பஃப்ஃபே மேஜையிலிருந்து தன்னுடைய உணவைத் தானே எடுத்துக் கொள்வார்.; உள்ளே நுழையும்போது புன்னகைப்பார்.சென்ற கிருஸ்துமஸின்போது எல்லாப் பணியாளர்களுடன் சேர்ந்து

புகைப்படம் எடுத்துக் கொள்ளக்கூட நேரம் செலவழித்தார், பிறகு அந்தப் புகைப்படத்தை நகல்கள் எடுத்து உணவு விடுதிக்கு வந்து ஒவ்வொரு பணியாளருக்கும் ஒரு நகல் கொடுத்தார். இப்பொழுது ஒவ்வொருவருக்கும் அவரை நினைவு வைத்துக் கொள்ள ஏதோ ஒன்று இருக்கிறது.

நினைவில் வைத்துக் கொள்ள ஏதோ ஒன்று. மறக்கமுடியாத வார்த்தைகள். பணிவு. ஒரு சிறந்த பாரம்பரியத்தை உருவாக்க மிகவும் தேவையான ஒரு மூலப்பொருள். .

பணிவு. ஒரு சிறந்த பாரம்பரியத்தை உருவாக்க மிகவும் தேவையான ஒரு மூலப்பொருள்.

23

சிறந்த அடையாளச் சின்னமாக இருங்கள்

நீங்கள் ஒரு ப்ராண்ட், அடையாளச் சின்னம். நீங்கள் என்ன எண்ணுகிறீர்கள் என்பது ஒரு பொருட்டல்ல, மக்கள் உங்கள் பெயரைக் கேட்டவுடன், அவர்கள் ஏதோ ஒரு தொடர்பைக் கற்பனை செய்து கொள்கிறார்கள். மக்கள் உங்களைப் பார்க்கும்போது, ஒரு உணர்ச்சி பூர்வமான பதிலியக்கம் உண்டாகிறது. நீங்கள் விரும்பினாலும் விரும்பாவிட்டாலும் நீங்கள் (மற்றும் உங்கள் நற்பெயர்) ஒரு அடையாளச் சின்னமே. ஆகையால் அதை நீங்கள் நிர்வகிக்க வேண்டுமென பரிந்துரைக்கிறேன். இன்னும் சொல்லப் போனால் நான் உண்மையிலேயே விரும்புவது என்னவென்றால் இதை நீங்கள் ஒரு சவாலாக எடுத்துக் கொண்டு ஒரு இனிமையான அடையாளச் சின்னமாக மதிக்கப்படுவதற்குத் தேவையான நடவடிக்கைகளை எடுக்க வேண்டும். அது நான் உயர்ந்தவன், அசலானவன், புதுமையானவன் என்று பறைசாற்ற வேண்டும்.

என் மனதில் உடனே தோன்றும் சிறந்த அடையாளச் சின்னங்கள், ஆப்பிள் (Apple), விர்ஜின் (Virgin), ஃபாட்ஃபார்ம் (Phat Farm), மற்றும் ப்ராதா (Prada). அவைகள் புதியவைகள், சிறந்தவைகள் மற்றும் ஆடம்பரமானவைகள். அவைகளை மக்கள் விரும்புகிறார்கள். ஏற்புடைமையை விரும்பும் இவ்வுலகத்தில் அவைகள் தலை தூக்கி நிற்கின்றன. அவைகள் வாவ் என்று அவைகளைப் பாராட்டத் தூண்டுகின்றன. நீங்களும் அதைச் செய்து கொள்ளலாம் - உங்களுக்கு.

ஒரு சிறந்த அடையாளச் சின்னமாக ஆவதற்கு நீங்கள் என்ன செய்ய வேண்டும்? மக்கள் உங்களைப் பற்றி நினைக்கும்போது, புதுமை செய்பவன், உலகத் தரம் வாய்ந்தவன், தனித்துவமானவன் போன்ற வார்த்தைகள் அவர்கள் மனதில் உட்புக வேண்டும். உங்கள் குழுவின் ஸ்டீவ் ஜாப் ஆகவோ

அல்லது உங்கள் பணித்தலத்தில் சல்வடோர் டாலி யாகவோ அல்லது உங்கள் இலாக்காவின் ரஸ்ஸெல் ஸிம்மன்ஸ்ஸாக ஆகவோ நீங்கள் என்ன செய்ய வேண்டும்? நீங்கள் செய்யும் பணியில் எல்லோரும் போற்றும் மகத்துவத்தை எப்படி அடைவீர்கள்? உங்களைச் சுற்றியுள்ளவர்கள் எல்லோரும் உங்களைப் பற்றிய ஒவ்வொன்றையும் போற்றும் வகையில் எப்படி ஆவீர்கள்? உங்களுக்குச் சிந்திப்பதற்கு சில விஷயங்கள். நீங்கள் செயலாற்றுவதற்கு சில உத்திகள்.

உங்கள் குழுவின் ஸ்டீவ் ஜாப் ஆகவோ அல்லது உங்கள் பணித்தலத்தில் சல்வடோர் டாலி ஆகவோ அல்லது உங்கள் இலாக்காவின் ரஸ்ஸெல் ஸிம்மன்ஸ் ஆகவோ நீங்கள் என்ன செய்ய வேண்டும்?

24

முரண்பாடுகளைப் போற்றுங்கள்

எல்லோரும் முரண்பாடுகளிலிருந்து ஓட விரும்புகிறார்கள். அது நமக்கு ஒரு சங்கடமான உணர்வைத் தருவதால் நாம் அதைத் தவிர்க்கிறோம். அது எப்படியாவது தானே சரியாகிவிடும் என்று நம்புகிறோம். ஆனால் ஒருபோதும் அப்படி நடப்பதில்லை. மாறாக ஒரு மோசமான காயம் போல அது நமக்கு தொந்தரவு தருகிறது (எதை வேண்டாமென்கிறோமோ அது நம்மை விடுவதில்லை)

முரண்பாடுகள் பற்றிய என் கருத்து இதோ: முரண்பாடு என்பது நாம் மேலும் அதிகம் வளருவதற்கும் மற்றும் மேலும் ஆழமுள்ள தொடர்புகள் ஏற்ப்டுத்திக் கொள்வதற்குமான வாய்ப்பேயன்றி வேறொன்றுமல்ல. ஒவ்வொரு முரண்பாடும் சக்தி வாய்ந்த ஒரு பாடத்தைக் கற்றுக் கொள்வதற்கும் ஒரு மனிதனாக (உங்கள் புரிதலிலும், விழிப்புணர்விலும், பார்வைகளிலும்) மேம்பாடடைவதற்குமான வாய்ப்புகளை அதனுடன் வைத்திருக்கிறது. மேலும் ஒவ்வொரு முரண்பாடும் அது உங்கள் அன்புக்குடையவரிடமானாலும் அல்லது உங்கள் வாடிக்கையாளரிடமானாலும் அவர்களோடு மேலும் நெருக்கமான உறவுகள் ஏற்படுத்திக் கொள்ள ஒரு அருமையான வாய்ப்பு. அவர்களுடைய அதிருப்தியை நீக்கி உங்கள் இருவருக்கும் இடையே ஒரு இனிய உறவின் ஆரம்பத்தை உருவாக்க.

ஆகையால் முரண்பாடுகளிலிருந்து ஓடாதீர்கள், சில உண்மைகளை நேருக்கு நேர் பேச வேண்டியதின் அவசியம் உங்களுக்குத் தெரிந்திருக்கும்போது ஈமெயில்களை அனுப்பாதீர்கள். தலைமை என்பது கருணையையும் துணிவையும் சம நிலைப்படுத்துவது. அது உங்களுக்கு ஒரு குளறுபடியான விஷயமாகத் தோன்றினாலும் உண்மையில் அது ஒரு பரிசு தான். அதை ஏற்றுக் கொள்ளுங்கள். அதன்

சாத்தியக்கூறுகளை அனுபவியுங்கள். அதைப் போற்றுங்கள். அது உங்களுக்கு நற்பயன் நல்கும்.

முரண்பாடுகள் பற்றிய என் கருத்து இதோ: முரண்பாடு என்பது நாம் மேலும் அதிகம் வளருவதற்கும் மற்றும் மேலும் ஆழமுள்ள தொடர்புகள் ஏற்ப்டுத்திக் கொள்வதற்குமான வாய்ப்பேயன்றி வேறொன்றுமல்ல.

25

பொறுப்பின் அளவு

மானியுடன் உள்ள ஒரு முகப்புப் பெட்டியை கற்பனை செய்து கொள்ளுங்கள். அதன் ஒரு கோடியில் சுதந்திரம். மற்றொரு கோடியில் இருப்பது பொறுப்பு. என் கருத்துப்படி தலைவராக ஒரு சிறந்த வாழ்க்கை வாழ்வதின் பொருள் அவைகளுக்கிடையில் ஒரு நேர்த்தியான சம நிலையைக் கடைப் பிடிப்பதே.வேறு விதமாகச் சொன்னால் உங்கள் பொறுப்பு மானியின் ஊசி எப்பொழுதும் நடு நிலையில் இருக்க வேண்டும். அதுவே சிறப்பு.

வாழ்க்கையே எல்லாவற்றிலும் சம நிலை காண்பது தான். மேலும் அந்த சம நிலைக் குறிகளில் மிகவும் முக்கியமான ஒன்று சுதந்திரத்தையும் பொறுப்பையும் பற்றியது. ஆமாம் நீங்கள் சுதந்திரத்துடன் வாழுங்கள். அந்தந்த விநாடிகளை அனுபவியுங்கள். காட்டுத்தனமான ஆர்வத்துடன் இருங்கள். உங்கள் வாழ்க்கை இனியதாக இருக்கட்டும். அந்த அந்தப் பொழுதில் வாழுங்கள். ஆனாலும் பொறுப்புடன் இருங்கள். உங்கள் இலக்குகளை நிர்ணயித்துக் கொள்ளுங்கள். உங்கள் வாக்குறுதிகளைக் காப்பாற்றுங்கள். முக்கியமான விஷயங்களைச் செய்து முடியுங்கள். உங்கள் கடமைகளை நிறைவேற்றுங்கள்.

உங்கள் வாழ்க்கை தற்பொழுது பொறுப்பு மானியில் எங்கு இருக்கிறது? உங்கள் சுதந்திரத்தை அளவுக்கு அதிகமாக அனுபவிப்பதால் உங்கள் பணித் துறையில் உலகத் தரத்திற்கு முன்னேறுவதற்கும் உங்கள் தினங்களை உலகத் தரம் வாய்ந்தவையாக வைத்துக் கொள்வதற்கும் உங்களுக்கு நேரம் போதவில்லையா? அல்லது இதற்கு நேர் எதிர்மாறா? (உங்கள் மானியில்) ஒரு கோடியில் இருந்தீர்களானால் நீங்கள் சம நிலையில் இல்லை என்றாகிறது. இதோ ஒரு சிறந்த ஆலோசனை: நீங்கள் மானியின் நடுவில் இருந்தீர்களானால்

எப்படி இருக்கும் என்பதைச் சிந்தித்துப் பாருங்கள். ஏனெனில் நன்றாக உணர்வதனால் தேர்வுகளை நன்கு செய்யமுடியும். நல்ல தேர்வுகள் நல்ல விளைபலன்களைக் கொடுக்கும்.

>வாழ்க்கையே எல்லாவற்றிலும் சம நிலை காண்பது தான். மேலும் அந்த சம நிலைக் குறிகளில் மிகவும் முக்கியமான ஒன்று சுதந்திரத்தையும் பொறுப்பையும் பற்றியது.

26

வளர்ச்சியில் ஆசை

இப்பொழுது தான் என்னைத் தூண்டிய சொற்றொடர் ஒன்றைப் படித்தேன்: வளர்ச்சியே ஜீவித்திருப்பதின் ஒரே அறிகுறி. மிகவும் அறிவுபூர்வமான வார்த்தைகள். அவைகள் ஜான் ஹென்ரி நியூமானிடமிருந்து வருகின்றன. வளர்ச்சி பற்றிய எண்ணங்கள் நான் போற்றுபவையென்று உங்களுக்குத் தெரியும். வளர்வதற்காகவே நாம் இங்கிருக்கிறோம் என்று நான் எண்ணுகிறேன். நாம் செய்யும் பணிகளாலும், ஈட்டும் செயல்களாலும், நடத்தும் வாழ்க்கையாலும் நாம் வளர்ந்து உருவாக வேண்டும். (இதை நினைவில் கொள்ளுங்கள்: சும்மா வாழாதீர்கள். வாழ்க்கையை நடத்துங்கள்) வளர்ச்சி முக்கியம். முடிவில் அது தான் நமக்கு நிறைவான உணர்வைத் தருகிறது. (நாம் வளர்ந்து நம் சாத்தியக்கூறுகளை அடையும்போது நாம் மிக மகிழ்ச்சியடைகிறோம்.) வளர்ச்சி நமக்கு சக்தியூட்டுகிறது. (அது சில அசுகங்களைத் தந்தாலும் - வளர்ச்சி பெரும்பாலும் சில அசுகங்களைத் தருகிறது) நாம் உண்மையில் யாராக இருக்கிறோமோ அதை வெளிக் கொணர்கிறது.

உங்கள் சிறந்த ஆசிரியரையோ, மேலதிகாரியையோ அல்லது வழிகாட்டியையோ நினைக்கும்போது உங்கள் மனதில் என்ன தோன்றுகிறது.? நல்ல எண்ணங்கள், சரிதானே? அந்த மனிதர் உங்களுக்கு அளித்த பாடங்களையும் அதனால் நீங்கள் கற்ற கல்வியையும் அடைந்த வளர்ச்சியையும் நீங்கள் போற்றுகிறீர்கள் அல்லவா? ஆகையால் உங்கள் வாழ்க்கையில் நிகழும் பிரச்சினைகள் / மன உளைச்சல்கள் / சவால்கள் தரும் நிகழ்வுகளைப் பற்றி ஏன் வேறு விதமாக உணரவேண்டும்? அந்த நிகழ்வுகள் தான் உங்களை உருவாக்கின அல்லவா? இன்று நீங்கள் இருக்கும் நிலைக்கு உங்களை உயர்த்த நீங்கள் தெரிந்து கொள்ள வேண்டியதைக் கற்பித்தன அல்லவா? அவைகளும்

உங்கள் ஆசிரியர்கள். அவைகளும் உங்களுடைய தனிப்பட்ட வளர்ச்சிக்கு காரணமாக இருந்தன. அவைகளும் உங்கள் வளர்ச்சியை ஊக்குவித்தன. ஏனெனில் நீங்கள் அறித்ததை விட அதிகமாக அவைகள் உங்களுக்கு உதவியிருக்கின்றன.

வளர்ச்சி பற்றிய எண்ணங்கள் நான்
போற்றுபவையென்று உங்களுக்குத் தெரியும்.
வளர்வதற்காகவே நாம் இங்கிருக்கிறோம்
என்று நான் எண்ணுகிறேன்.

27

பாராட்டுகள் இங்கு முக்கியமில்லை

நீங்கள் யாருக்கு பாராட்டு கிடைக்கிறதென்று கவலைப்படாமல் இருந்தால், உங்கள் வாழ்க்கையில் எதை வேண்டுமானாலும் சாதிக்க முடியும், என்று கூறினார் ஹாரி ட்ரூமன். அற்புதமான கருத்து. இன்று நீங்கள் பணிக்குச் செல்லும்போது உங்கள் இறுமாப்பை வாயிற்கதவருகில் விட்டுவிட்டுச் சென்று விடுங்கள். பணியில் மட்டும் சிறப்பாகச் செயலாற்றுங்கள். நல்லவைகள் நடக்கும். உங்களுக்கு.

கைதட்டலுக்கும், அங்கீகாரத்திற்கும், பாராட்டுகளுக்கும் ஏங்குவது மானிட இயல்பே. நாம் அனைவரும் நம்மோடு ஒத்தவர்களின் பாராட்டையும் நம் சமூகத்தால் போற்றப்படுவதையும் விரும்புகிறோம். ஆனால் தலைமை யென்பது மற்றவர்களின் பார்வையில் சிறப்பாய் இருப்பதை விட மிக அதிகமான ஒன்று. அது ஒரு கொள்கைக்காக நிற்பது. (பாப்லோ பிகாஸோ சொன்னது போல், உங்கள் வாழ்க்கையின் பணி தான் உங்களின் முடிவான வசீகரம்) அது நீங்கள் செய்வதில் உலகத்திலேயே சிறப்பாக இருப்பது. அது மக்களை முன்பிருந்ததை விடச் சிறந்தவர்களாக ஆக்குவது. மேலும் அது நன்கு செய்யப்பட்ட பணிகளுக்கு யாருக்கு பாராட்டுகள் கிடைக்கின்றன என்பது பற்றிக் கவலைப்படாமல் இருப்பது.

சிறந்தவர்களாய் இருப்பவர்கள் எப்பொழுதும் அறிந்து கொள்ளப்படுவார்கள். இந்த உண்மை பொதுவானது. வெண்ணெய் எப்பொழுதுமே மேலே மிதக்கும். சிறந்தது எப்பொழுதுமே வெளிச்சத்திற்கு வரும். நம்மில் சிறந்தவர்களை என்றுமே பின்னால் தக்க வைக்க முடியாது.

நீங்கள் யாருக்கு பாராட்டு கிடைக்கிறதென்று கவலைப்படாமல் இருந்தால், நீங்கள் வாழ்க்கையில் எதை வேண்டுமானாலும் சாதிக்க முடியும், என்று கூறினார் ஹாரி ட்ரூமன்.

28

ஏற்பின் ஒளி

சற்று முன் மறைந்த என் இனிய நண்பர், டோன்ட் ஸ்வெட் தி ஸ்மால் ஸ்டஃப்ஃப், என்ற புத்தகத்தின் நூலாசிரியர் ரிச்சர்ட் கார்ல்ஸன் அவர்களின் புத்தகம் ஒன்றைப் படித்துக் கொண்டிருக்கிறேன். இந்தப் புத்தகம் டோன்ட் கெட் ஸ்க்ரூஜ்ட் என்ற பெயருள்ளது. இப்பொழுது தான் ஏற்பே முடிவான தீர்வு என்ற அத்தியாயத்தைப் படித்து முடித்தேன். என்னைச் சற்று நிதானித்துச் சிந்திக்க வைத்தது.

ரிச்சர்ட் எழுதுகிறார், ஏற்பு ஒரு செயலிழப்பு போல் தோன்றும். ஆனால் அதை நீங்கள் பயின்றால் அது ஒன்றுமே செய்யாமலிருப்பதிலிருந்து முற்றிலும் மாறுபட்டது என்பது புரியும். சில சமயங்களில் நாம் சாதாரணமாகச் செய்யும் புகார் செய்வது, எதிர் கொள்வது மற்றும் வாளாவிருப்பது இவைகளை விட இதற்கு அதிகமான முனைப்பு தேவைப்படுகிறது. ஆனால் ஒரு முறை அது தரும் சுதந்திரத்தை அனுபவித்து விட்டால் - ஏற்றுக் கொள்வது கிட்டத்தட்ட உங்களது இரண்டாவது இயல்பாக ஆகி விடும்.

ஏற்பு என்பது துன்பங்களுக்கு இடையில் மறைந்து நிற்கும் அருளைத் தேடுவது. நீங்கள் எந்த நிலையில் உங்களைக் கண்டாலும் அதில் ஆசுவாசத்துடன் இருப்பது. வாழ்க்கை நீங்கள் விரும்பியதைத் தருவதில்லை, ஆனால் அது உங்களுக்குத் தேவையானதை அனுப்புகிறது என்ற தொன்மையான பழமொழியைத் தழுவிக் கொள்வது. (மறுபடியும் நன்றி, மிக் அவர்களே) நம் அனைவருக்குமே அவ்வப்போது கடுமையான நாட்களும் மோசமான காலங்களும் வரும். அது ஏனென்றால் நீங்களும் நானும் நமது மேன்மையை மேம்படுத்தும் பள்ளியில் பயின்று கொண்டிருக்கிறோம். சவால்கள், முரண்பாடுகள், குழப்பங்கள், நிலையில்லாமை அனைத்துமே நம் வளர்ச்சிகாகத்

திட்டமிடப்பட்ட வாகனங்கள். காலம் எப்பொழுதும் மாறிக் கொண்டிருக்கும், விஷயங்களும் சிறப்பாகும். இருப்பதை ஏற்றுக் கொள்வதனால் கசப்பான காலங்கள் குறுகி உங்கள் அழகான நாட்கள் நீண்டவைகளாக இருக்கும். அது தான் உங்களுக்காக எனது மிக உச்சமான விருப்பம். எப்பொழுதுமே.

நம் அனைவருக்குமே அவ்வப்போது கடுமையான நாட்களும் மோசமான காலங்களும் வரும். அது ஏனென்றால் நீங்களும் நானும் நமது மேன்மையை மேம்படுத்தும் பள்ளியில் பயின்று கொண்டிருக்கிறோம்.

29

நமது சிந்தனைகள் உயர்வாக இருக்கட்டும்

இதை நான் எழுதும்போது கராச்சியில் என்னுடைய ஹோட்டல் அறையில் அமர்ந்திருக்கிறேன். கராச்சி மிகவும் கவர்ச்சிகரமான நகரம். அதன் ஓசைகள். அதன் கலாச்சாரம். அனைத்துமே எனக்கு ஒரு அற்புதமான கல்வி. நான் இங்கிருப்பதற்கு நன்றியுடையவனாக இருக்கிறேன்.

ஜும்பா லஹேரியின் தி நேம்ஸேக் என்ற புத்தகத்தைப் படித்துக் கொண்டிருக்கிறேன். மிகவும் நேர்த்தியாக எழுதப்பட்டிருக்கிறது. அது ஒரு எண்ணத்தைத் தூண்டியது. உங்கள் சிந்தனைகள் உயர்வாக இருக்க வேண்டும். உங்களுடைய ஒவ்வொரு எண்ணமும் உயர்வானதாக இருக்கப் பொறுப்பெடுத்துக் கொள்ளுங்கள். உங்களுடைய அசத்தும் உள்நோக்கும், கருத்துகளும் மற்றும் சிந்தனைகளும் தலைசிறந்த படைப்புகளாக உருவாக்க உங்களை அர்ப்பணித்துக் கொள்ளுங்கள். நீங்கள் பல வழிகளில் நூற்றுக் கணக்கான முறைகள் இதைப் பற்றிக் கேட்டிருப்பீர்கள். உங்கள் எண்ணப்படியே நீங்கள் ஆவீர்கள். மேலும் நீங்கள் சிந்திக்கும் எண்ணங்கள் தானாகவே நிறைவேறும் கணிப்புகளாக ஆகின்றன. உங்களுக்கு மிகச் சிறந்த விஷயங்கள் மலருமென்று எதிர்பார்த்தீர்களானால் அவைகள் நிச்சயமாக நடக்கும். இதை ஊக்கம் தருபவர்கள் சொல்கிறார்கள். ஆசிரியர்கள் சொல்கிறார்கள். ஞானிகள் சொல்கிறார்கள். ஏன் என்று எண்ணிப் பார்த்திருக்கிறீர்களா?

கடைசியில் இந்தக் கருத்து ஏன் மிகவும் சரியானது என்று எனக்குப் புரிந்து விட்டது என்று நான் நினைக்கிறேன். இது ஒன்றும் ஆச்சரியமான தத்துவம் அல்ல. மிக எளிமையான விளக்கம் தான். இதோ என் விளக்கம். ஒவ்வொரு நாளும் நீங்கள் செய்யும் செயல்கள் உங்கள் வாழ்க்கையில் பலனைத் தருகின்றன. ஒவ்வொரு செயலிற்கும் பின்னில் ஒரு

எண்ணம் இருந்திருக்க வேண்டுமென்பதால் (உண்மையில் எண்ணங்களே செயல்பாடுகளின் மூலாதாரம்), நீங்கள் எதில் தீவிர கவனம் செலுத்துகிறீர்களோ அது உங்களுக்கு உண்மையாகிறது. பிரிட்டனின் பிரதம மந்திரி அதை மிக அழகாகச் சொல்லியிருக்கிறார், உங்கள் எண்ணத்தை விட உயரத்திற்கு உங்களால் செல்ல முடியாது. ஒரு மானுடனாக உங்கள் எண்ணங்களை விட அதிக பரிமாணத்தில் உங்களால் செயலாற்ற முடியாது. உங்கள் கனவின் பரிமாணம் பெரியதாக இருந்தால் உங்கள் செயல்களும் அவ்வாறே இருக்கும். நீங்கள் குறுகியதாகச் சிந்தித்தால் உங்கள் செயலும் குறுகியதாக இருக்கும்.

இந்தத் தத்துவம் நமது வாழ்க்கையின் ஒவ்வொரு பரிமாணத்திலும் பலவாறு தொடரும். நீங்கள் மனிதர்கள் நல்லவர்கள் என நினைத்தால் ஒரு திறந்த மனதுடன் உங்கள் நாட்களைக் கழிப்பீர்கள். அந்த உங்கள் நடத்தையே உங்கள் உண்மைகளை உருவாக்குகிறது. ஏனெனில் மக்கள் நல்ல மனிதர்களுக்கு நல்லது செய்கிறார்கள். நீங்கள் சிறந்த விஷயங்களைப் பெற தகுதி வாய்ந்தவர் என நினைத்தீர்களானால், உங்கள் செயல்கள் அந்த நம்பிக்கையைப் பிரதிபலிக்கும். சிறந்த செயல்கள் சிறந்த விளைபலன்களை ஏற்படுத்தும். உங்கள் பணியிலோ அல்லது உங்கள் சமூகத்திலோ உலகத்தரத்தை நீங்கள் எதிர்பார்த்தீர்களானால் அந்த ஒளிமிக்க எண்ணம் நீங்கள் எப்படிப் பணி புரிகிறிர்கள், எப்படி வாழ்கிறீர்கள் என்பதைத் தீர்மானிக்கும். அந்த சிறந்த செயல்கள் உங்களுக்கு சிறந்த பலன்களைத் தரும்.

நான் எண்ணங்களைத் தெளிவாகத் தெரிவித்து விட்டேன் என நினைக்கிறேன். ஏனெனில் இந்த கருத்து நாம் எளிதாக நிராகரித்து விட முடியாதது. உங்களுடைய எண்ணம் நிச்சயமாக உங்கள் உலகத்தை உருவாக்குகிறது. நீங்கள் எதில் உங்கள் கவனத்தைக் குவிக்கிறீர்களோ அது நிச்சயமாக உருப்பெறும். நீங்கள் எதில் ஈடுபடுகிறீர்களோ அது நிச்சயமாக உங்கள் விதியைத் தீர்மானிக்கும்.

உங்களுடைய ஒவ்வொரு எண்ணமும்
உயர்வானதாக இருக்கப் பொறுப்பெடுத்துக்
கொள்ளுங்கள்.

30

அபிப்பிராயங்களைப் பொருட்படுத்த வேண்டாம்

மற்றவர்கள் உங்களைப் பற்றி என்ன நினைக்கிறார்கள் என்பது ஒரு பொருட்டல்ல. உங்களைப் பற்றி நீங்கள் என்ன எண்ணுகிறீர்கள் என்பதே இங்கு முக்கியம். மற்றவர்கள் நம்மை விரும்பவேண்டுமென்றும் மற்றவர்களைத் திருப்திப்படுத்த முயன்றும் மற்றவர்களின் அபிப்பிராயங்களுக்காகக் கவலைப்பட்டும் நாம் நம்முடைய சக்தியை அளவுக்கதிகமாக வீணடிக்கிறோம். ஆனால் உண்மையான தலைமை மற்றும் சுய வெற்றி என்பது சமூகத்தினால் அங்கீகரிக்கப்படுவதைத் தாண்டி ஒரு சுய அங்கீகாரம் பெறுவதே. உங்கள் மீது நீங்கள் மதிப்பு வையுங்கள். நீங்கள் உங்கள் சீரிய எண்ணங்களுடன் வாழ்ந்து கொண்டு, உண்மையாக உங்கள் செயல்களில் கவனம் செலுத்தி, உங்கள் கனவுகளை நிறைவேற்றுவதில் ஈடுபட்டிருந்தீர்களானால் மற்றவர்கள் உங்களைப் பற்றி என்ன எண்ணுகிறார்கள், அல்லது உணருகிறார்கள் அல்லது சொல்கிறார்கள் என்பது பற்றி நீங்கள் ஏன் கவலைப் பட வேண்டும்? வெற்றி என்பது பிரபலமாவதற்கான போட்டியல்ல. நீங்கள் உங்களுக்கே உண்மையாக இருந்தீர்களா என்பதே முடிவில் அதி முக்கியமானது.

வெற்றி என்பது பிரபலமாவதற்கான ஒரு போட்டியல்ல

31

உங்களால் மனம் விட்டுச் சிரிக்க முடியுமா?

என்னுடைய 11 வயது மகள் பியாங்கா புத்தியும் பெருங்களிப்பும் நிறைந்த ஒரு அற்புதமான குழந்தை. அவள் வளர்ந்து பெரியவளாகும்போது க்ரீன் டே (சங்கீதக் குழு) வின் டிரம்மராக இருக்க ஆசைப்படுகிறாள். அவளுடைய நாய் மாக்ஸை அவள் மிகவும் விரும்புகிறாள். அவள் சிரிக்கும்போது உலகமே அவளுடன் சேர்ந்து சிரிக்கும். உரக்க.

எங்கள் இருவருக்கும் ஒரு இனிமையான உரையாடல் நடந்து கொண்டிருக்கிறது. (என் குழந்தைகளுடன் பேசுவதற்கு நான் நிறைய நேரம் செலவழிக்கிறேன்; அவர்களுடன் இருக்கும்போது என் ப்ளாக் பெரி போனை வைத்துக் கொள்வதில்லை.) அவளுடைய வகுப்பில் இருக்கும் சிறுவர்கள் அவள் மிகவும் கூல் என்று எண்ணுகிறார்கள் என்று என்னிடம் சொல்கிறாள். அவளைச் சிரிக்க வைப்பது அவர்களுக்கு பிடிக்குமாம். அவள் மிகவும் உற்சாகமுள்ளவள் என்று நினைக்கிறார்களாம். அடுத்து அவள் என்னிடம் பகிர்ந்து கொண்டது என்னைச் சிந்திக்க வைத்தது: அப்பா, என் நண்பர்கள் எல்லாம் நான் மனம் விட்டு சிரிக்கிறேன் என்று சொல்கிறார்கள்.

ஆகையால் உங்களிடம் ஒரு கேள்வி: உங்களால் எவ்வளவு சிரிக்க முடியும்? உங்கள் கண்களிலிருந்து கன்னங்களில் நீர் வழியமளவிற்கு வேறொருவரை உங்களைச் சிரிக்க வைக்க அனுமதித்தது கடைசியாக எப்போது? நீங்கள் எவ்வளவு அடிக்கடி சற்று உள்ளுக்குள் சென்று வாழ்க்கையை நோக்கி - அது அலங்கோலமாக இருந்தாலும் - நமுட்டுச் சிரிப்பு சிரிக்கிறீர்கள்? (சில சமயங்களில் வாழ்க்கை அலங்கோலமாகி விடுகிறது, அல்லவா? அந்த அலங்கோலத்தை ரசியுங்கள் - உங்களுடைய சிறந்த வளர்ச்சி அதில் தான் இருக்கிறது,) நம்மில் சிறந்தவர்கள் தங்களை வெகு தீவிரமானவர்களாக எடுத்துக் கொள்வதில்லை.

(நீங்கள் உங்களை அதி தீவிரமானவராக எடுத்துக் கொண்டீர்களானால் வேறு எவரும் உங்களைத் தீவிரமானவராக எடுத்துக் கொள்ள மாட்டார்கள்.) அவர்கள் தங்கள் பணியைச் சிறப்பாகச் செய்து விட்டு, மற்றதை வாழ்க்கை பார்த்துக் கொள்ளட்டுமென வாளாவிருப்பார்கள். வாழ்க்கைக்கென ஒரு நுண்ணறிவு இருக்கிறது.

ஆகையால் சிரிக்கக் கற்றுக் கொள்ளுங்கள். ஆசுவாசமாக இருங்கள். உலகத் தரமாக உங்கள் பணிகளை நிறைவேற்றுங்கள். ஆனால் அந்த உத்வேகத்தை ஒரு கேளிக்கையுடனும் கோலாகலத்துடனும் கலந்து அளியுங்கள். வாழ்க்கையை சற்று தளர்வாகப் பிடித்துக் கொள்ளுங்கள். ஒவ்வொரு பின்னடைவிலும் அதைவிட பெரிய வாய்ப்புகளின் விதைகள் புதைந்துள்ளன. (எனக்கு அது கிடைப்பதற்கு 43 வருடங்களாயின) வாழ்க்கையை ஒருபொழுதும் ஒரு சோதனையாக எடுத்துக் கொள்ள வேண்டாம். ஒரு தூய மகிழ்ச்சியாக கருதப்படுவதற்கே அது இருக்கிறது.

உங்கள் கண்களிலிருந்து கன்னங்களில் நீர் வழியமளவிற்கு வேறொருவரை உங்களைச் சிரிக்க வைக்க அனுமதித்தது கடைசியாக எப்போது?

32

அதிகாரம் பெறுவது எப்படி

வெற்றி பெறப் பயிற்சி கொடுப்பவனாக, தொழில்சார் சொற்பொழிவாளராக, மற்றும் தலைமை ஆலோசகராகப் பணியாற்றும் நான் சிறந்த தலைவர்களிடமிருந்து கற்றுக் கொண்டது: உண்மையான அதிகாரம் பெறுவதற்கு ஒரே வழி அதை விட்டுக் கொடுப்பது தான். உங்கள் குழுவை எவ்வளவு அதிகமாக நம்புகிறீர்களோ, அவர்கள் மேம்பாடடைவதற்கு எவ்வளவு அதிகமாக முனைகிறீர்களோ அந்த அளவிற்கு அவர்களுடைய பொறுப்பும், ஈடுபாடும், உங்கள் மீது அப்பட்டமான பக்தியும் அதிகமாக இருக்கும்.

மக்களை நீங்கள் சொல்வதைக் கேட்பதற்குக் கட்டாயப்படுத்துவதாலோ, உங்களுடைய வணிக அட்டையிலுள்ள பதவியின்படி, நீங்கள் சொல்வதைச் செய்வதற்கு அவர்களை நிர்பந்திப்பதாலோ உங்களுக்கு அதிகாரம் வந்து விடுவதில்லை. இல்லவே இல்லை. நீங்கள் உங்கள் பேரார்வத்தைப் பரப்பி, மக்களுக்கு உங்கள் யுக்தியின் சிகரங்களை எட்டிப்பிடிக்க ஒரு காரணம் அளித்து, அவர்களை மரியாதையுடன் நடத்தி, அவர்களை ஒளிர்ந்து, வளர்ந்து பதவில்லாமல் தலைமை தாங்க அனுமதித்தீர்களானால் உங்களுக்கு உண்மையான அதிகாரம் வருகிறது. நீங்கள் மக்களுக்காக இருந்தால் மக்கள் உங்களுக்காக இருப்பார்கள். ஒரு எளிமையான கருத்து; ஆனால் நான் முன்பே சொன்னபடி, நான் மிக எளிமையான நபர்.

வெல்ஸ் ஃபார்கோவின் தலைமை அதிகாரி ரிச்சர்ட் கோவாசிவிச் கூறிய ஒரு சிறந்த வரி இதோ (இதைப் புரிந்து கொள்ள நான் இதை சில முறைகள் படிக்க வேண்டியிருந்தது): ஒரு ஆட்டம் வெற்றி பெறுவது ஐந்து சிறப்பான ஆட்டக்காரர்களால் அல்ல, ஆனால் சிறப்பாக ஆடும் ஐந்து ஆட்டக்காரர்களால்.

உண்மையான அதிகாரம் பெறுவதற்கு ஒரே வழி அதை விட்டுக் கொடுப்பது தான்.

33

பழக்கங்கள் நாகரீகமானவை

பழக்கங்கள் ஒருகால் உலகிலேயே மிக நாகரீகமானவைகளாக இல்லாமலிருக்கலாம். ஆனால் அவைகள் நிச்சயமாக மிக முக்கியமானவை. சிறந்தவைகளிலிருந்து மற்றவைகளை வேறுபடுத்துவது பழக்கங்களைப் பொறுத்து அமைகிறது. சில நல்ல பழக்கங்கள் (தேவையெல்லாம் இரண்டு அல்லது மூன்று மிகச்சிறந்த பழக்கங்கள்) உங்கள் பணியிலும் வாழ்க்கையிலும் ஒரு மகத்தான மேம்பாட்டை ஏற்படுத்தும். அவைகள்தான் முழுமையான தேர்ச்சிக்கும் சராசரியாய் இருப்பதற்கும் இடையே உள்ள வேறுபாட்டிற்குக் காரணம். ஆகையால் நீங்கள் அதை நன்றாகத் தேர்ந்தெடுக்க வேண்டும்.

இந்தக் கருத்தை தெளிவாகச் சொல்ல இதோ ஒரு உவமை.: நல்ல பழக்கம் என்பது ஒரு வலுவான தேக்கு மரம் போன்றது. அது ஒரு சின்ன விதையாகத் தொடங்குகிறது; ஒரே வினாடியில் விதைக்கப்படுகிறது. அதற்கு தினமும் ஊட்டமளிக்கத் தவறினால் உடனே மரணமடைந்து விடுகிறது. ஆனால் ஒவ்வொரு நாளும் சிறிது கவனம் செலுத்தினால் வளர ஆரம்பிக்கிறது. ஒரு நாள் அது உடைக்க முடியாத அளவிற்கு வலுப் பெறுகிறது.

உங்களுடைய தனிப்பட்ட மலையின் சிகரத்திற்கு எவ்வளவு அருகில் நீங்கள் செல்ல முடியும் என்பது உங்கள் பழக்கங்களைப் பொறுத்து அமைகிறது. உலகத் தரம் வாய்ந்த மக்களிடம் நான் கண்ட பழக்கங்களில் கீழ்க்கண்டவை உட்பட்டவை.

- உங்கள் செயல்கள் அனைத்தையும் உயர் சிறப்புடனும் நேர்மையுடனும் ஒருங்கிணைத்துக் கொள்வது.
- மக்களின் உறவுக்கு முதலிடம் தருவது.

- இடர்களையும் தடங்கல்களையும் உங்கள் பணியையும் வாழ்க்கையையும் மேலும் மேம்படுத்துவதற்குப் பயன்படுத்திக் கொள்வது.

- குறைவாக வாக்குறுதியளித்து அதிகமாகச் செயலாற்றுவது. (எப்பொழுதும் மக்கள் எதிர்பார்ப்பதை விட நீங்கள் கொடுங்கள்; உங்கள் வெற்றி நிச்சயம்)

- ஒரு ஆர்வமுள்ள மாணவனாக இருப்பது. (தினமும் படியுங்கள், ஊக்கம் தரும் சிந்தனையாளர்களின் ஒலித் தகடுகளைக் கேளுங்கள், கருத்தரங்குகளுக்குச் செல்லுங்கள்)

- நீங்கள் ஈடுபடும் எந்தப் பணியையும் சிறப்பாகச் செய்வதற்கும் ஒரு மிக சுவாரசியமான முழு மனிதனாக நடந்து கொள்வதற்கும் இடையே சம நிலையில் இருப்பது.

உங்கள் மேன்மையை நோக்கிச் செல்வதற்கும் உங்கள் நற்பழக்க விதைகளை நடுவதற்கும் நீங்கள் தேர்ந்தெடுப்பதற்கான சில பழக்கங்கள் இவை.

சிறந்தவைகளிலிருந்து மற்றவைகளை வேறுபடுத்துவது பழக்கங்களைப் பொறுத்து அமைகிறது.

34

நிறைவான தருணங்களக் கண்டு கொள்ளுங்கள்

இன்று எனக்கு ஒரு முழு நிறைவான தருணம் கிட்டியது. அது ஒரு ஆயிரம் மக்களின் முன்பு எழுந்து நின்று கைதட்டுகள் பெற்றதல்ல. ஒரு நற்செய்தியைப் பகிர்ந்து கொள்ள என்னுடைய பிரசுரகர்த்தர் ஒருவர் போனில் கூப்பிட்டதல்ல. தலைமையைப் பற்றி அளிக்கை தரவோ அல்லது அவர்களுடைய குழு உறுப்பினர்களுக்கு பயிற்சியளிக்கவோ என்னை அமர்த்த ஒரு ஃபார்ட்ச்சூன் 500 நிறுவனம் என்னை அழைத்ததுமல்ல. நம்ப முடியாத அளவிற்கு ஒரு அடிப்படையான விஷயம். (என்னுடைய வாழ்க்கையின் சிறந்த விஷயங்களைப் போல)

என்னுடைய அலுவலகத்தில் வாகனங்கள் நிறுத்துமிடத்தில் நான் காரிலிருந்து இறங்கியபோது காற்றில் ஒரு அற்புதமான மணத்தைக் உணர்ந்தேன். அது ஒரு தூய்மையான மணம். மிக இனிமையாகவும் வியப்பில் ஆழ்த்துவதாகவும் இருந்தது. சுற்று முற்றும் பார்த்தேன். நான் என் காரை சிவப்பு மற்றும் ஊதாப் பூக்கள் பூத்துக் குலுங்கிய ஒரு மரத்தினடியில் நிறுத்தியிருந்தேன். வசந்தம் தொடங்கியிருந்தது. மரம் தன் மாய-மந்திரத்தைப் பரப்பிக் கொண்டிருந்தது. நான் அங்கேயே சற்று நின்றேன். வாசனையில் மயங்கி கண்களை மூடிக் கொண்டேன். அந்த வினாடி உயிருடன் இருப்பதற்கான நன்றியுணர்வு பரவியது. நான் எதிர்கொள்ள வேண்டிய சவால்கள் இருந்தன. (இறந்தவர்களுக்கு மட்டும் தான் சவால்கள் இருப்பதில்லை) நிச்சயமாக வாழ்க்கை எப்பொழுதுமே மேலும் நன்றாக இருக்கலாம். ஆனால் மகிழ்ச்சியைப் பொறுத்தவரை அது ஒரு சமச்சீர் உணர்வையும் கண்ணோட்டத்தையும் பெறுவதேயன்றி வேறொன்றுமல்ல. நம் அனைவரின் வாழ்க்கையிலும் பல பேறுகள் உள்ளன - நம்மிடம் அன்பு செலுத்தும் மக்கள், நம் நாட்களைப் பொருள் உள்ளதாக்கும் பணி, ஆரோக்கியமான குழந்தைகள் அல்லது நம் மேஜையில்

உணவு, காண இரண்டு கண்கள், போன்ற சாதாரண பரிசுகள் - இன்னும் இது போல பல. அந்த வாகனங்கள் நிறுத்துமிடத்தில் கிட்டிய அந்த முழு நிறைவான தருணம் போல்.

வாழ்க்கை மிகவும் குறுகிய ஒன்று. இருப்பினும் நீங்கள் வெற்றியென்று எதைக் கருதினாலும் உங்கள் பணியில் மேம்படுவதில் கவனம் செலுத்தி அந்த வெற்றியைப் பெறுவது முக்கியம். நான் அதை முற்றிலும் ஒத்துக் கொள்கிறேன். ஆனால் அந்தப் பிரயாணத்தில் மகிழ்ச்சி பெறுவதும் அதற்கு சமமாக முக்கியம். சிரிப்பது. வேடிக்கையாக இருப்பது. துணிகரமான செயல்களில் அனுபவம் பெறுவது. மேலும் நிறைவான தருணங்களைக் காண்பதை இழந்து விடமாலிருப்பது. அனேகமாக அவைகள் இலவசமே. மேலும் அவைகள் உங்கள் கண்ணுக்கு எதிரேயே இருப்பவை. இன்றே, அவைகளைக் காண நீங்கள் நேரம் மட்டும் எடுத்துக் கொண்டால்.

நிச்சயமாக வாழ்க்கை எப்பொழுதுமே மேலும் நன்றாக இருக்கலாம். ஆனால் மகிழ்ச்சியைப் பொறுத்தவரை அது ஒரு சமச்சீர் உணர்வையும் கண்ணோட்டத்தையும் பெறுவதே.

35

பாராட்டுகளின் முரண்பாடு

நான் கால்பியை பள்ளிக்கூடத்தில் விடக் காரில் சென்று கொண்டிருந்தபொது தோன்றிய ஒரு கருத்தை உங்களிடம் பகிர்ந்து கொள்ள விரும்புகிறேன். என் குழந்தைகளுக்கு மிகவும் பிடித்தமான எவ்வெரிபடி லவ்ஸ் ரேமண்ட் என்ற டெலிவிஷன் தொடர் காட்சியைப் பற்றிப் பேசிக் கொண்டிருந்தோம். குறிப்பாக ரேமண்டின் (ஏடாகோடமான) அம்மா மேரிக்கும் ரேயின் (அன்புள்ள) மனைவி டெபோராவிற்கும் இடையே உள்ள மனத்தாங்கலைப் பற்றி விவாதித்தோம். மேரிக்கு டெபோராவின் சமையல் பிடிக்கவில்லை; அதனால் தான் அவர்களுக்கு ஒருவரையொருவர் பிடிக்கவில்லை என்று சொன்னான் கால்பி. நான் அவனிடம் இன்னும் ஆழமாகச் சிந்தித்து உண்மையான பிரச்சினையைக் கண்டு பிடிக்கச் சொன்னேன். அதைப் பற்றி சிறிது நேரம் விவாதித்த பிறகு எங்கள் இருவருக்கும் அது தெளிவாகியது. மேரிக்கு டெபோராவைப் பிடிக்காததன் உண்மையான காரணம் டெபோராவிற்கும் ரேமண்டிற்கும் இடையே உள்ள அன்பு மேரிக்கு ஒரு பய உணர்வைத் தருவதால் அவள் பாதுகாப்பு இல்லாததாக உணர்கிறாள். அவனை இழந்துவிடுவோமோ என்று அஞ்சுகிறாள். அதனால் அவள் டெபோராவிடம் எப்பொழுதும் கடுமையாக நடந்து கொள்கிறாள். அவளை எதற்கும், ஒரு பொழுதும் பாராட்டுவதில்லை.

இந்த உரையாடல் பணித்தலத்திலும் வீட்டிலும் பாராட்டுகள் தருவதைப் பற்றிச் என்னைச் சிந்திக்க வைத்தது. பாராட்டு ஒரு அபூர்வமான பொருள். பாராட்டு சூரியனைப் போல என்று நான் நினைக்கிறேன். நீங்கள் எவ்வளவு அதிகமாக அதைத் தருகிறீர்களோ அவ்வளவு அதிகமாக உங்களைச் சுற்றி நிற்கும் அனைத்துமே உங்களை நோக்கி வளரத் தொடங்கும். ஆனால் பெரும்பாலோர் பாராட்டுகளைத் தாராளமாக

வழங்குவதில்லை (அது இலவசமாக இருந்தபோதிலும்) காலப் ஸ்தாபனத்தின் கணக்கெடுப்பு ஆய்வின்படி, ஊழியர்கள் ஒரு நிறுவனத்தை விட்டுச் செல்வதன் முதல் காரணம் தங்களுடைய மேலதிகாரிகளால் மதிக்கப்படுவதாக உணரவில்லை என்பது தான். இருந்தாலும் பெரும்பான்மையான மேலாளர்கள் அங்கீகாரத்தையும் பாராட்டுகளையும் வழங்குவதில்லை.ஏனெனில் அதனால் தங்கள் அதிகாரத்தை இழந்து விடுவோம் என்று எண்ணுகிறார்கள்.

எனக்குத் தெரிந்தவரை இதுதான் உண்மை: உங்களைச் சுற்றியுள்ள அனைவருக்கும் அவர்கள் தகுதிக்குத் தக்கவாறு பாராட்டுகளை வழங்குவது உங்களைப் பெரியதாகக் காட்டும். உங்களை உயர்த்தும். உங்களை ஒரு கதாநாயகனாகக் காட்டும். உங்கள் பணித்தலத்தில் உங்களை மகாப் பெரியவராகக் காட்டும். ஆகையால் உங்கள் குழு உறுப்பினர்கள் எதற்காக ஏங்குகிறார்களோ அதை உங்களிடமே தக்கவைத்துக் கொள்ளாதீர்கள். நாம் எல்லோருமே விசேஷமாக உணர்வதை விரும்புகிறோம். நீங்களும் தான். டெபோராவும் தான்.

உங்களைச் சுற்றியுள்ள அனைவருக்கும் அவர்கள் தகுதிக்குத் தக்கவாறு பாராட்டுகளை வழங்குவது உங்களைப் பெரியதாகக் காட்டும். உங்களை உயர்த்தும். உங்களை ஒரு கதாநாயகனாகக் காட்டும்.

36

அதிர்ஷ்டமும் இயற்கை விதியும்

நீங்கள் எவ்வளவு கடுமையாக உழைக்கிறீர்களோ அவ்வளவிற்கு நீங்கள் அதிர்ஷ்டசாலியாக இருப்பீர்கள் என்று சொல்லப்படுவது உண்மைதான். உங்களுக்கு ஒரு சந்தேகமிருக்கலாம். சிறப்பான வாழ்க்கை அமைவது அதிர்ஷ்டத்தினாலா அல்லது நாம் நமதாக்கிக் கொள்ளக்கூடிய, மகத்தான வெற்றிகள் தரும், இயற்கை விதிகளின் சேர்க்கை என்று ஏதாவது இருக்கிறதா? இதோ இதற்கான எனது பதில்: நல்ல விஷயங்கள் நல்லது செய்யும் நல்ல மனிதர்களுக்கு நடக்கின்றன. சரியான விஷயங்களைச் செய்யுங்கள்; நல்ல விளைவுகள் அல்லாது வேறொன்றையும் நீங்கள் பார்க்கமுடியாது.

அண்மையில் விவசாயம் செய்வதைப் பற்றி அதிகமாகச் சிந்தித்துக் கொண்டிருக்கிறேன். என்னுடைய இந்த தலைமை மற்றும் சுய வெற்றிப் பயிற்சி ஆகிய விஷயங்களை விட்டுவிட்டு என் நாட்களைச் சோளம் பயிரிடுவதில் கழிக்கப் போகிறேன் என்று எண்ணி விடாதீர்கள். (அது ஒரு அருமையான வாழ்க்கை முறை தான் என்றாலும்). சற்று சிந்தித்துப் பாருங்கள். நம் தொழில் மற்றும் தனிப்பட்ட வாழ்க்கையைச் சிறப்பிக்கும் விதிமுறைகளும் விவசாயம் மற்றும் இயற்கையின் விதிமுறைகளும் ஒன்றுதான். நீங்கள் எதை விதைக்கிறீர்களோ அதை அறுவடை செய்வீர்கள். உங்கள் தோட்டத்தை கவனித்துப் பேணி வளர்த்தீர்களானால் ஒரு வளமான பயிர் விளையாமல் இருப்பதற்கு வாய்ப்புகள் இல்லை. உங்களுடைய தொழிலை அல்லது உங்கள் ஆரோக்கியத்தை அல்லது உங்கள் உறவுகளை நன்கு கவனித்துப் பேணி வளர்த்தால் அதன் பலன் உங்களுக்கு கிட்டாமல் போய்விடுமா? சாத்தியமில்லை.

உண்மை தான். சில சமயங்களில் நமக்கு அதிர்ஷ்டம் அடிக்கிறது. அது கேக் மீதுள்ள சர்க்கரைக் கட்டி. என்னைப்

பொறுத்த வரை, உயர்ந்த வாழ்க்கையென்பது இயற்கை விதிகளுடன் ஒருங்கிணைந்து வாழ்வதால் விளைவது. உங்கள் வாடிக்கையாளர்கள் மற்றும் உங்களைச் சுற்றியுள்ளவர்களின் மதிப்பை உயர்த்துவது போன்ற விஷயங்களைச் செய்வது.

நீங்கள் சந்திக்கும் ஒவ்வொரு மனிதரையும் ஒரு வி.ஐ.பி யாக (மிக முக்கியமான நபராக) நடத்துவது. எதிர்பாராத அளவிற்கு நேர்மையாகவும் ஆச்சரியப்படும் அளவிற்கு உற்சாகமாகவும் இருப்பது. உங்கள் செயல்களைச் செய்து கொண்டே இருங்கள். நீங்கள் நன்றாக இருப்பீர்கள். ஒன்றை நினைவில் வைத்துக் கொள்ளுங்கள். எவ்வளவு அதிகமான விதைகளை ஊன்றுகிறீர்களோ அவ்வளவு அதிகமான செடிகளை நீங்கள் காண்பீர்கள்.

நல்ல விஷயங்கள் நல்லது செய்யும் நல்ல மனிதர்களுக்கு நடக்கின்றன. சரியான விஷயங்களைச் செய்யுங்கள்; நல்ல விளைவுகள் அல்லாது வேறொன்றையும் நீங்கள் பார்க்கமுடியாது.

37

ஒட்டக-முதுகு நோய்க்குறி

பெரும்பான்மையான நிறுவனங்களின் வீழ்ச்சி ஒரு பெரிய அடியினால் ஏற்படுவதல்ல. பெரும்பான்மையான உறவுகள் ஒரு பெரிய சச்சரவால் முறிந்து போவதில்லை. பெரும்பான்மையான உயிர்கள் ஒரு துக்ககரமான சம்பவத்தால் நொடித்துப் போவதில்லை. நிச்சயமாக இல்லை. அன்றாடம் ஒதுக்கப்பட்ட சிறு சிறு செயல்கள் காலப் போக்கில் ஒன்று சேர்ந்து பெரிதாக வெடித்து சீர்குலைவதினாலேயே கடுமையான தோல்விகளில் முடிகின்றன.

ஒட்டக-முதுகு உவமையை நினைவிற்கு கொண்டு வாருங்கள். அந்த பாவப்பட்ட மிருகத்தின் மீது வைக்கோல் கட்டுகள் ஏற்றப்பட்டுக் கொண்டேயிருந்தன. ஒவ்வொரு கட்டும் பளு மிகவும் குறைவாக அதற்கு தீங்கு ஏதும் விளைவிக்காததாக இருந்தது. ஆனால் கட்டின் மேல் கட்டாக அதன் முதுகின் மேல் வைக்கப்பட்டபோது பளு அதிகமாகி கடைசியில் வைத்த ஒரு கட்டு அதன் முதுகை முறித்தது.

இதை ஒட்டக-முதுகு நோய்க் குறி என்று நான் அழைக்கிறென். வியாபாரத்திலாகட்டும் வாழ்க்கையிலாகட்டும் சின்ன விஷயங்களைத் தொடர்ந்து தவறவிடுவது நிச்சயமாகக் கடைசியில் பெருந்துன்பத்தில் கொண்டுவிடுகிறது. சிறந்த மனிதர்கள் நிச்சயமாக சின்ன விஷயங்களைக் கூட முக்கியமாகக் கருதுகிறார்கள். அவர்களுடைய சிறு சிறு திட்டங்களையும் செயல்களையும் மற்றும் செய்கைப் பட்டியல்களையும் சிறப்பாகச் செய்து முடிப்பதில் அவர்களுக்கு இருக்கும் ஒழுக்கம் வியத்தகு பெரிய விஷயங்களை உருவாக்குகிறது. நிரந்தரமான வெற்றி படிப்படியாக வருமேயன்றி திடீரென்று வந்துவிடாது என்பது அவர்களுக்குத் தெரியும். உங்களாலும் அது சாத்தியமே.

அன்றாடம் ஒதுக்கப்பட்ட சிறு சிறு செயல்கள் காலப் போக்கில் ஒன்று சேர்ந்து பெரிதாக வெடித்து சீர்குலைவதினாலேயே கடுமையான தோல்விகளில் முடிகின்றன.

38

கூடுதல் 1% சக்தியைப் பயன்படுத்துங்கள்

ரோமிலிருந்து விமானத்தில் ஊர் திரும்புகையில் ப்ரிட்டிஷ் ஜீக்யூ (ஒரு ஆங்கிலப் பத்திரிகை) வைப் படித்துக் கொண்டிருக்கிறேன். (ரோம் நகரம் அருமையிலும் அருமை. நீங்கள் எந்தப் பக்கம் திரும்பினாலும் ஒரு சரித்திரப் பாடத்தைக் கண்டு கொள்ளலாம், என்று அண்மையில் ஒரு ஆஸ்திரேலிய நண்பர் கூறினார்.) அந்தப் பத்திரிகையில் நான் படித்த மிக உயர்வான சிந்தனை க்ரிஸ் கார்மைக்கேலிடமிருந்து வருகிறது. ஏழு முறை டூர் டி ப்ரான்ஸ் (சைக்கிள் பந்தயம்) பந்தயத்தில் வென்ற லான்ஸ் ஆர்ம்ஸ்ட்ராங்கின் பயிற்சியாளர் அவர். அவர் கூறுகிறார்' பெரும்பான்மையான மனிதர்கள் இருப்பாக வைத்திருக்கும் சக்தியே சாம்பியன்கள் கூடுதலாகப் பயன்படுத்தத் துணியும் ஒரு சதவிகித சக்தி. மகத்தான சிந்தனை. நாம் அதை எப்பொழுதும் மறக்க மாட்டோம் என நம்புகிறேன்.

சிறப்பாக விளையாட (பணியாற்ற) உங்களுடைய ஒவ்வொரு துகள் சக்தியையும் பயன்படுத்தி உலகத்தரம் வாய்ந்த விளைபலன்களை உருவாக்குங்கள். நீங்கள் செய்யும் அனைத்துப் பணிகளுக்கும் உங்களில் புதைந்து கிடக்கும் திறைமைகள் அனைத்தையும் அளியுங்கள். உங்களில் புதைந்து கிடக்கும் திறன்களை விழிக்கச் செய்யுங்கள். உங்கள் உள் கனல் எரியட்டும். அப்படியானால்தான், “அதற்கு அனைத்தையும் கொடுத்தேன். என்னால் முடிந்ததைச் செய்தேன். என்று முடிவில் நீங்கள் சொல்ல முடியும். அது சிறப்பாக இருக்கும் இல்லையா? மேலும் இதை நினைவில் வைத்திருங்கள் -சாதாரண மனிதர்கள் விட்டு விடும் அந்த நொடியிலேயே அப்பட்டமான மகத்துவத்தை அடையும் வாய்ப்பு இருக்கிறது.

பெரும்பான்மையான மனிதர்கள் இருப்பாக
வைத்திருக்கும். சக்தியே சாம்பியன்கள்
கூடுதலாகப் பயன்படுத்தத் துணியும் ஒரு
சதவிகித சக்தி.

39

நன்றிக்கடன் திருப்புவது நினைவில் இருக்கட்டும்

நமக்கு உதவியவர்களுக்கு பதிலுதவி செய்ய நினைப்பது மனித இயல்பு தான். நம் ஒவ்வொருவருக்கும் மற்றவர்கள் நமக்கு செய்ததை திரும்ப அவர்களுக்குச் செய்வதற்கு ஒரு தீவிர வேட்கை இருக்கிறது. ஆகையால் நாம் கொடுப்பது நமக்குத் திரும்பக் கிடைக்கும் என்று நான் நம்புகிறேன். ஒரு உதாரணம்.

என் காருக்கு பெட்ரோல் போட நான் செல்லும் வழியிலிருந்து மாறி 20 நிமிடங்கள் வேறு வழியில் சென்றேன். எனக்கு ஒரு பெரிய செய்கைப் பட்டியலும் நாள் முழுவதும் செய்வதற்குப் பணிகளும் இருக்கும்போது நான் ஏன் அப்படிச் செய்தேன்? என்னுடைய அலுவலகத்திலிருந்து இரண்டு நிமிட தூரத்தில் இருக்கும் பெட்ரோல் நிலையத்திற்கு சௌகரியமாகச் செல்லாமல் இப்படிப்பட்ட அசௌகரியமான விஷயத்தை நான் ஏன் செய்தேன்? எனக்கு கிடைத்த ஒரு உதவிக்கு, எனக்கு நல்லது செய்த ஒருவருக்கு, ஒரு நல்ல மனிதருக்கு, நன்றி தெரிவிக்கும் வகையில் பதிலுதவி செய்வதற்காகவே.

சில வாரங்களுக்கு முன்னால் என் குழந்தைகளைப் பள்ளியில் விட்டபிறகு பார்த்தால் என் சக்கரத்தில் காற்று இல்லை. மூன்று பெட்ரோல் நிலையங்களுக்குச் சென்றேன். ஒரே ஒரு நிலையத்தில் தான் என் சக்கரத்தை வேகமாகச் சரி செய்ய முடிந்தது. டோனி என்ற அவருடைய பெயரை அவருடைய சீருடையின் நெஞ்சில் எழுதியிருந்த ஒரு வயதான முதியவர் எனக்கு மகிழ்வுடன் உதவுகிறேன் என்றார். நான் காத்திருக்கும்போது எனக்கு குடிக்க காபி கொடுத்தார். அவர் அதைச் சரி செய்து கொண்டிருந்தபோது என்னை மகிழ்வித்துக் கொண்டிருந்தார். அவருடைய வேலையை வெளிப்படையான மகிழ்ச்சியுடன் செய்தார். பதவிப் பெயரில்லாத தலைவர்.

அவரைப் போன்றவர்கள் என்னை ஊக்குவிக்கிறார்கள். என்னை மேலும் மேம்பாடடைய நினைக்க வைக்கிறார்கள்.

ஆகையால் என்னுடைய பாராட்டைத் தெரிவிக்க ஒரு வாய்ப்புக்காகக் காத்திருந்தேன். என்னுடைய தேவைகளை அவர் மூலமாக நிறைவேற்றிக் கொள்ளும் வகையாக அது இன்றிலிருந்து தொடங்குகிறது. பிறகு என் நண்பர்களை அவரிடம் அனுப்புவேன். அவர்கள் மற்றவர்களுக்குச் சொல்வார்கள். ஏனெனில் டோனி வெற்றி பெறத் தகுதி பெற்றவர். நான் அவர் செய்த உதவியை நன்றியுடன் திருப்புகிறேன்.

நமக்கு உதவியவர்களுக்கு பதிலுதவி
செய்ய நினைப்பது மனித இயல்பு தான்.
நம் ஒவ்வொருவருக்கும் மற்றவர்கள் நமக்கு
செய்ததை திரும்ப அவர்களுக்குச் செய்வதற்கு
ஒரு தீவிர வேட்கை இருக்கிறது.

40

உங்கள் உள்-நினைப்பு தெரிவிக்கப்படட்டும்

நாம் எவர்களிடம் அதிகமாக அன்பு செலுத்துகிறோமோ அவர்களைத் தான் நாம் முக்கியமில்லாதவர்களாக நினைக்கிறோம் என்பதைக் எண்ணிப் பார்த்திருக்கிறீர்களா? முரணாக இருக்கிறது, இல்லையா? உங்கள் குடும்பத்துடன் குறைவான நேரம் செலவழிப்பது மிகவும் சுலபம்; ஏனெனில் அவர்கள் எப்பொழுதுமே உங்களோடு இருப்பார்கள் (அப்படி நீங்கள் நினைக்கிறீர்கள்) நீங்கள் அன்பு செலுத்துபவர்களிடம் அன்பைத் தெரிவிப்பதை தள்ளிப் போடுவது சுலபம்; ஏனெனில் அதை அவசரமாக செய்வதற்கு தேவையில்லாதது போல் தோன்றுகிறது. உங்கள் இல்லத்தில் உறவுகளை கவனிக்காமல் விட்டு விடுவது சுலபம்: ஏனெனில் அதை விட முக்கியமான விஷயங்கள் கவனிக்கப்பட இருக்கின்றனவே. நீங்கள் ஒரு தனி மனிதராக அதி வெற்றி பெற்றவராக இருப்பதில் என்ன பயன்? எனக்கு அதிகமாகப் பணம் புரளும் வங்கிக் கணக்கை விட ஒரு நிறைவான குடும்ப போட்டோ ஆல்பம் வைத்திருப்பது சிறப்பாகத் தோன்றுகிறது. உண்மையாகவே.

ஆகையால் உங்கள் பெற்றோர்களை உடனே போனில் கூப்பிட்டு அவர்களிடம் உங்கள் அன்பைத் தெரிவியுங்கள். நீங்கள் உங்கள் அலுவலகத்திற்குப் புறப்படுமுன் உங்கள் இணைக்கு ஒரு முத்தம் கொடுத்து விட்டுச் செல்லுங்கள்; அதை உண்மையாகச் செய்யுங்கள். உங்கள் குழந்தைகளைக் கட்டிக் கொண்டு உங்கள் அன்பைத் தெரிவியுங்கள். உங்கள் குழந்தைகள் சிறியவர்களாக இருப்பது ஒரு முறை தான். அந்த வாய்ப்பைப் பயன்படுத்தவில்லையானால் அதை நிரந்தரமாக இழந்து விடுவீர்கள்.

நாம் எவர்களிடம் அதிகமாக அன்பு செலுத்துகிறோமோ அவர்களைத் தான் நாம் முக்கியமில்லாதவர்களாக நினைக்கிறோம்.

41

ரிச்சர்ட் ப்ரான்ஸனும் அசத்தும் தன்னம்பிக்கையும்

சற்று முன்பு தான் ஃபார்ச்யூன் பத்திரிகையின் ஒரு இதழைப் படித்தேன். ரிச்சர்ட் ப்ரான்ஸன் 25 வருடங்களுக்கு முன்பு கரீபியன் தீவுகளில் ஓய்வு தலமாக வாங்கிய நெக்கர் தீவில் நடத்தப்பட்ட ஒரு தொழிற்நுட்பக் கூட்டத்தைப் பற்றி ஒரு கட்டுரை விவரித்திருந்தது. அங்கு வந்திருந்த இளம் இணையதள வல்லுனர்கள் பற்றியும் அவர்களுடைய தீர்க்கமான தொலைநோக்கு பற்றியும் எழுதியிருந்தார்கள். அங்கு பயணம் செய்யும்போது அவர்கள் அருந்திய சிறந்த மதுவைப் பற்றியும் கேளிக்கைகளில் மகிழ்ந்தது பற்றியும் சக்தி வாய்ந்த உரையாடல்களில் ஈடுபட்டது பற்றியும் எழுதியிருந்தார்கள். (நாம் ஒவ்வொருவரும் நம் வாழ்க்கையில் நமக்கு சக்தி கொடுத்து, தாழ்ந்து விடாமல் உயர்த்தித் தக்க வைத்துக் கொள்ள சக்தி மிக்க உரையாடல்களைப் புகுத்த வேண்டும்) பிறகு விர்ஜின் கூட்டு நிறுவனங்களின் ஸ்தாபகர் ப்ரான்ஸனைப் பற்றி எழுதியிருந்தார்கள். ப்ரான்ஸனால் உணவு முதல் விளையாட்டு வரை எவரிடமும் எதைப் பற்றியும் பேச முடியும் எனக் குறிப்பிட்டிருந்தார் கட்டிரை எழுதிய டேவிட் கிர்க்பாட்ரிக். ஆனால் ப்ரான்ஸனைப் பற்றி அவரை மிகவும் கவர்ந்த விஷயம் அவருடைய தொற்றிக் கொள்ளும் உற்சாகம் என்கிறார். நியூஸ் கார்ப் (ஒரு பத்திரிகை) நிறுவன அதிகாரி அதை ஆமோதித்து எழுதியுள்ளார்: “இந்த வர்த்தக உலகச் சக்ரவர்த்திகளைப் பற்றி நான் கண்ட ஒரு விஷயம் இது. அவர்கள் இருக்கும் அறையில் அனேகமாக அவர்கள் தான் உயர்ந்த தன்னம்பிக்கை உடையவர்களாக இருக்கிறார்கள்”. என்று அவர் தொடர்ந்து கூறுகிறார்.

ஆகையால் நாம் தெரிந்து கொள்ள வேண்டியது என்னவென்றால் தன்னம்பிக்கை என்பது மேலெழுந்தவாரியானதோ,

மென்மையானதோ அல்லது சலிப்பு தருவதோ அல்ல. நிச்சயமாக இல்லை. உண்மையாகவே மேம்பாடடையத் துடிப்பவர்களுக்கு - ஒரு நிறைந்த வாழ்க்கை வாழத் துடிப்பவர்களுக்கு அது - அந்த அபரிமிதமான தன்னம்பிக்கை - ஒரு இன்றியமையாத கருவி. துணிந்தவர்களுக்கு, இடர்களை எதிர்கொள்ளத் தயக்கமில்லாதவர்களுக்கு, கனவு காண்பவர்களுக்கு ஒவ்வொரு நாளும் சவால்களைக் கொண்டு வருகின்றன. நீங்கள் மேம்பாடடைய உங்களை அர்ப்பணித்து கொண்டு விட்டபிறகு இவைகள் ஆட்டத்தின் ஒரு பகுதியே. அறையிலேயே தன்னம்பிக்கை அதிகமுள்ளவராக இருப்பது மற்றவர்களை மிஞ்சி நிற்க உங்களுக்கு உதவும். நீங்கள் எங்கு செல்ல விரும்புகிறீர்களோ அங்கு உங்களைக் கொண்டு செல்லும்.

அறையிலேயே தன்னம்பிக்கை அதிகமுள்ளவராக இருப்பது மற்றவர்களை மிஞ்சி நிற்க உங்களுக்கு உதவும்.

42

சொற்களின் சக்தி

தி கிரேட்னெஸ் கைட் (மேன்மைக்கு வழிகாட்டி) என்ற புத்தகத்தில் நான் உங்களுடன் பகிர்ந்து கொண்ட தத்துவத்திற்குத் திரும்ப வருகிறேன்.- சொற்களின் சக்தி. நீங்கள் எப்படி உணர்கிறீர்கள் என்பதை நீங்கள் பயன்படுத்தும் சொற்கள் தீர்மானிக்கின்றன. நீங்கள் விஷயங்களை எப்படிக் காண்கிறீர்கள் என்பதை அது பாதிக்கிறது. மேலும் அவைகள் உங்களை மலையின் உச்சிக்கோ அல்லது வாழ்க்கையின் பள்ளத்துக்கோ அழைத்துச் செல்லலாம். நீங்கள் உகலத்தரம் வாய்ந்த சொற்களைப் பயன்படுத்தினால் உங்களுக்கு உலகத் தரம் வாய்ந்த வாழ்க்கை கிடைக்கும்.

நேற்று நான் மேன்ஹாட்டனில் உள்ள ஸ்டார்பக்ஸ் (காபிக் கடை) ல் இருந்தேன். எனக்கு முன்னால் நின்றிருந்த நபர் சாய்லாடே (பால் கலந்த தேனீர்) ஆர்டர் செய்தார் பாரிஸ்டா (காபி தயாரிப்பவர்) தேனீர் தீர்ந்து போய்விட்டது என்று சொன்னாள். இந்த சின்ன விஷயத்தால் அவர் மிகவும் பாதிக்கப்பட்டு விட்டார் போலும். நீங்கள் அவர் முகத்தைப் பார்த்திருக்க வேண்டும். அவருடைய இதயத்தின் ஊடே அம்பு செலுத்தியது போல. அவருடைய பதில் இது போல் பாதிக்கப்பட்டவர்கள் வழக்கமாகப் பேசுவது தான்:எனக்கு மட்டும் ஏன் இப்படி நடக்கிறது? அவர் முகத்தில் புன்னகை வரும் என்று காத்திருந்தேன். அது வரவேயில்லை.

வாழ்க்கையில் நமக்கு என்ன நடந்தாலும் அதை எப்படி எடுத்துக் கொள்கிறோம் என்பதைத் தீர்மானிப்பது நம் கையில் இருக்கிறது. நாம் நடந்து கொள்ளும் முறையை நம்மால் தீர்மானிக்க முடியும். அந்தச் சூழ்நிலையில் என்ன செய்வது என்பதை நாம் தேர்ந்தெடுக்கலாம். நாம் கடுப்பாக இருக்கலாம் அல்லது நம் நல்ல முகத்தைக் காட்டலாம். எப்பொழுதுமே நமக்கு உள்ள தேர்வுகள் ஏராளம். அது நம் சொற்களிலிருந்து ஆரம்பிக்கிறது.

அவைகளை நன்றாகத் தேர்ந்தெடுங்கள். தலைவர்கள் அப்படித்தான் செய்கிறார்கள்.

வாழ்க்கையில் நமக்கு என்ன நடந்தாலும் அதை எப்படி எடுத்துக் கொள்கிறோம் என்பதைத் தீர்மானிப்பது நம் கையில் இருக்கிறது.

43

நானும் எட்டிப் பிடிக்கிறேன்

உங்கள் திறனின் சிகரத்தை அடைய உங்களை நான் ஊக்குவிக்கிறேன் என்பது எனக்குத் தெரியும். உங்களை உயர்த்திக் கொள்ள. உங்கள் பணித் துறையிலும் வாழ்க்கையிலும் உங்களுக்கு கிடைத்த வாழ்க்கையின் தரத்தை அடுத்த மட்டத்துக்கு உயர்த்திக் கொள்ள, உங்களின் பயங்களை எதிர்கொள்ளவும் தான். (நாம் எது நடக்கும் என்று பயப்படுகிறோமோ அது அனேகமாக நடப்பதில்லை என்பதை நினைவு படுத்திக் கொள்ளுங்கள்) உங்கள் அசௌகரியங்களை விரும்பி ஏற்றுக் கொள்ளவும் உங்களிடம் அடிக்கடி சொல்கிறேன். நானும் அதையே தான் செய்கிறேன் என்று உங்களிடம் சொல்லிக் கொள்ள விரும்புகிறேன். இதோ ஒரு உதாரணம்.

போன வாரத்தில் இரண்டு நாட்களை ஒரு பதிவு கூடத்தில் (ரெகார்டிங்க் ஸ்டூடியோ) கழித்தேன். வெகு நாட்களாக சக்தி வாய்ந்த செய்தியைப் பரப்பும் ஒரு இசையை உருவாக்க வேண்டும் என்பது என் கனவு. நான் சட்டப் பள்ளியில் படிக்கும்போது ஒரு ராக் சங்கீதக் குழுவில் கிடார் இசைப்பது வழக்கம். (சுமாராக இருந்தாலும் அதில் எனக்கு பேரார்வம்) அந்த ஆர்வத்தைத் திரும்பப் பெறுவது எனக்குத் தேவையாக இருந்தது. இது உங்களுக்கு நிச்சயமாகத் தெரியும். உங்கள் இதயத்தின் கனவுகளை நீங்கள் நிறைவேற்ற சிறந்த நேரம் என்று எதுவும் கிடையாது. ஆகையால் நான் துணிந்து செயல்பட்டேன். (அண்மையில் அல் பஸீனோ (ஒரு அமெரிக்க நடிகர்) லாரி கிங்கிடம் (அமெரிக்க தொலைக் காட்சி தொகுப்பாளர்) இப்படிக் கூறினாராம் (உங்களின் சிறப்பு நீங்கள் எடுத்துக் கொள்ளும் சவால்களைப் பொறுத்தே அமைகிறது') ஆரஞ்சு ரெகார்ட் லேபெல் (பதிவு செய்யும் நிறுவனம்) லின் இரண்டு அற்புதமான பாகஸ்தர்களைச் சந்தித்து என்னுடைய கனவை அவர்களிடம்

பகிர்ந்து கொண்டேன். அவர்கள் என்னுடன் ஒப்பந்தம் செய்து கொண்டார்கள். உடனேயே.

சென்ற இரண்டு நாட்களாக அவர்களுடைய பதிவு கூடத்திற்குச் சென்று நான் இதுவரை சந்திக்காத சில ஆக்கபூர்வமான மனிதர்களைச் சந்தித்தேன். எழுத்தாளர்களும் பாடகர்களும். கனவு காண்பவர்களும் தொலைநோக்குடையவர்களும். எல்லோருமாக ஒருங்கிணைந்து என்னால் ஒரு அற்புதமான இசையை உருவாக்க முடிந்தது. அந்த இசை மக்களை ஊக்குவித்து அவர்களுடைய வாழ்க்கையை மிகச் சிறப்பாக உருவாக்கும். உண்மையான கலைப் பணியின் விளைவு. நான் பாட வேண்டியிருந்தது (சிரிக்காதீர்கள்) கிடார் இசைக்க வேண்டியிருந்தது. என்னுடைய சுகமான, பாதுகாப்பான வாழ்க்கையை விட்டு திரும்பவும் ஒரு தொடக்க நிலை நபராக இருப்பதை ஏற்றுக் கொள்ள வேண்டியிருந்தது. எப்படி இருந்தது என்று கேட்கிறீர்களா? அசத்துமளவிற்குச் சிறப்பாக இருந்தது. (நான் இசைப்பதைப் பார்க்க விரும்பினால் ராபின்சர்மா.காம் இணையதளத்தில் ஸி.என்.என் தொலைக்காட்சியின் ஒட்டைப் பாருங்கள்.) எனக்கு பயமாகவும் உற்சாகமாகவும் சந்தோஷம் நிறைந்ததாகவும் மகிழ்ச்சி பொங்குவதாகவும் இருந்தது. நான் நடுங்கினேன். நான் சிரித்தேன். அது ஒரு மறக்க முடியாத அனுபவம். நான் வாழ்க்கை என அழைப்பதின் ஒரு பாகமான என்னுடைய கதை. ஆகையால் உங்களை விட்டு வெளியே வாருங்கள். துணியுங்கள். கேளுங்கள். கனவு காணுங்கள். அபாயங்களை எதிர் கொள்ளுங்கள். கீழே விழுங்கள். தோல்வியடையுங்கள். உங்கள் கனவுகள் உண்மையாக முடியாது என்று சொல்வதற்கு ஒருவரையும் அனுமதியாதீர்கள். முடிவில் நீங்கள் செய்வதாகக் கண்ட கனவை நிச்சயமாக ஏதோ ஒருவர் செய்யப் போகிறார். அது நீங்களாக ஏன் இருக்கக் கூடாது?

உங்கள் கனவுகள் உண்மையாக முடியாது என்று சொல்வதற்கு ஒருவரையும் அனுமதியாதீர்கள். முடிவில் நீங்கள் செய்வதாகக் கண்ட கனவை நிச்சயமாக ஏதோ ஒருவர் செய்யப் போகிறார். அது நீங்களாக ஏன் இருக்கக் கூடாது?

44

முயற்சிக்கும் ஒரு எல்லை உண்டு

என் வாழ்க்கையை நடத்திச் செல்லும் முக்கியமான தத்துவங்களில் ஒன்று, ஒருவரின் வெற்றி, விஷயங்களை நடத்துவது மற்றும் விஷயங்களை நடக்க விடுவது இவை இரண்டுக்கும் இடையே ஒரு மென்மையான சமநிலையைக் கடைப்பிடிப்பதால் விளைவது என்பதே. ஆமாம், நம்முடைய இலக்குகளை நிர்ணயித்துக் கொண்டு, நம் உள்திறனை வெளிக் கொணர சிறந்த முறையில் செயலாற்றும் பொறுப்பு நமக்கு இருக்கிறது. நம்முடைய பங்கை நாம் செய்வது அவசியம். மகத்துவமான விஷயங்களைச் சாதிக்க தங்களை அர்ப்பணித்துக் கொள்பவர்களுக்கு நல்ல விஷயங்கள் நிச்சயமாக நடக்கின்றன. ஆனால் சில நேரங்களில் நாம் விஷயங்கள் அதுவாக நடப்பதற்கு பொறுமையுடன் காத்திருக்கவும் வேண்டுமென நான் நினைக்கிறேன். இதை வேறு சொற்களில் சொன்னால் உங்களால் முடிந்த வரைச் சிறப்பாகச் செயலாற்றுங்கள். பிறகு மற்றதை வாழ்க்கை பார்த்துக் கொள்ளட்டும் என்று விட்டு விடுங்கள்.

வாழ்க்கை எப்பொழுதுமே உங்களை இதைவிடச் சிறந்த இடத்துக்கு அழைத்துச் செல்லும். (அப்படி இல்லையென்று தோன்றினாலும்) வாழ்க்கையை உங்களை அழைத்துச் செல்ல விடுவது முக்கியம் என்று நான் கற்றுக் கொண்டுள்ளேன். (அது ஒரு சுலபமான பாடமல்ல - எனக்குத் தெரியும். அந்தப் பாடத்தை நானும் இன்னும் படித்துக் கொண்டுதான் இருக்கிறேன்). நீங்கள் ஒன்றை நிறைவேற்றுவதற்காக உங்களால் முடிந்த எல்லாவற்றையும் முயன்று பார்த்த பிறகும் நீங்கள் நினைத்தபடி அது நடக்கவில்லையென்றால் மேலும் கடுமையாக முயற்சிப்பதை நிறுத்துங்கள். சற்று ஓய்வெடுத்துக் கொள்ளுங்கள். ஒருகால் ஒன்றும் தவறாக இல்லாமலிருக்கலாம் ஒருகால் நேரம் சரியில்லாமலிருக்கலாம். ஒருகால் நீங்கள் விரும்பியது

உங்களுக்கு நலம் தராததாக இருக்கலாம்.ஒருகால் ஒரு கதவு மூடும்போது மற்றொன்று திறந்து கொண்டிருக்கலாம்.மேலும் பெரும்பாலும் நீங்கள் எது சிறந்தது என்று நினைத்தீர்களோ அதை விட்டு விடும்போது அதைவிடச் சிறந்தது வருவதற்கு வாய்ப்புகள் திறக்கின்றன.ஏனெனில் ஒவ்வொரு முடிவும் ஒரு முற்றிலும் புதிய ஆரம்பத்தைக் கொண்டு வருகிறது.

வாழ்க்கை எப்பொழுதுமே உங்களை
இதைவிடச் சிறந்த இடத்துக்கு அழைத்துச்
செல்லும்.

45
கண்ணாடிப் பரிசோதனை

உங்களுக்கு ஒரு விஷயம் மேலும் நன்றாகத் தெரிந்தால் நீங்கள் மேலும் நன்றாகச் செயல் புரிவீர்கள். இதை நினைவில் வைத்துக் கொள்வது முக்கியமென்று நான் நினைக்கிறேன். உங்கள் உணர்வுகள் ஏற்றமிகு மட்டத்திலிருந்தால் நீங்கள் இன்னும் நன்றாக உங்கள் தேர்வுகளைச் செய்ய முடியும். நீங்கள் எவ்வளவு தெளிவாக யாராக ஆக வேண்டுமென்று விரும்புகிறீர்களோ அந்த அளவிற்கு வேகமாக அங்கு செல்வதற்குத் தேவையான தேர்வுகளை எடுக்க முடியும். தெளிவு, உண்மையிலேயே அறிவு பூர்வமான முடிவுகள் எடுப்பதற்கு ஒரு கட்டமைப்பை உருவாக்கித் தருகிறது. (பிறகு நாமே அந்த முடிவுகளாகி விடுகிறோம்)

இதோ உங்களுக்கு ஒரு எளிய கருவி: கண்ணாடிப் பரிசோதனை. உங்களைக் கண்ணாடியில் பார்த்துக் கொண்டு இந்தக் கேள்வியை உங்களிடமே கேளுங்கள். என்னால் இன்று செய்ய முடிந்த எந்த விஷயத்தை நான் செய்தால், என்னுடைய பணித் துறை வாழ்க்கையும், சொந்த வாழ்க்கையும் சிறப்பின் அடுத்த மட்டத்துக்குச் செல்லும்.? பிறகு அந்த விஷயத்தைப் பற்றிச் சிந்தியுங்கள். அதை சிறப்பாகச் செய்வது பற்றி எண்ணிப் பாருங்கள். பிறகு உடனே அந்தச் செய்கையில் ஈடுபடுங்கள். துணிவுடன் செயல்படுங்கள். இப்பொழுதே. அன்றாடம் மேற்கொள்ளும் சின்னஞ்சிறு முன்னேற்றங்கள் காலப்போக்கில் அசத்தும் விளைபலன்களை உருவாக்கும் என்பதை நினைவில் வைத்திருங்கள்.

உங்களிடமே இந்தக் கேள்வியைக் கேட்டுக் கொள்ளுங்கள். நான் இன்று செய்ய முடியும் எந்த விஷயத்தை நான் செய்தால் என்னுடைய பணித் துறை வாழ்க்கையும் சொந்த வாழ்க்கையும் சிறப்பின் அடுத்த மட்டத்திற்கு என்னை எடுத்துச் செல்லும்?

46

சங்கடம் தரும் நண்பர்களைத் தேடுங்கள்

நல்லது, இது உங்களுக்கு ஒரு சவாலாக இருந்து, உங்களுக்குச் சினமூட்டி சிறிதளவு எரிச்சலையும் ஏற்படுத்தலாம். (அப்படியானால், என் பணியை நான் செய்து விட்டேன் எனக் கொள்ளலாம்). ஏனெனில் நமக்கு சவாலாக இருக்கும் எண்ணங்களாலும் அனுபவங்களாலும் தான் நாம் வளர்ச்சியடைகிறோம். நான் செய்ய விரும்புவதெல்லாம் நீங்கள் வளர உதவுவதுதான். (உங்கள் சிறப்பின் முழுப் பரிமாணத்திற்கு)

இந்த எண்ணத்தின் மையக் கருத்து என்னவென்றால் உங்களைச் சுற்றியுள்ள நண்பர்கள் உங்களைப் பாதுகாப்பான மண்டலத்திலிருந்து வெளியேறச் செய்ய வேண்டும். அதாவது உங்களுக்குத் தெரிந்தவைகள் என்ற பாதுகாப்பு மண்டலம். உங்கள் பணித்தலத்தில் நீங்கள் ஏன் சராசரியான மனிதர்களோடு உங்கள் நேரத்தை வீணடிக்க வேண்டும்? உங்களுடைய சொந்த வாழ்க்கையில் சாதாரணமாக இருப்பதோடு திருப்தியடைபவர்களை ஏன் நண்பர்களாக்கிக் கொள்ள வேண்டும்? நாம் யாருடன் காபி அருந்துகிறோமோ உண்மையில் அவர்களாகி விடுகிறோம். நாம் யாருடன் சேருகிறோமோ அவர்களாகவே நாம் ஆகி விடுகிறோம்.

ஒரு சக்தி மிகு எண்ணம்: நீங்கள் உங்கள் நேரத்தின் பெரும் பகுதியை எந்த ஐந்து மனிதர்களோடு கழிக்கிறீர்களோ பெரும்பாலும் அவர்கள் போலவே ஆகி விடுகிறீர்கள். (நான் உங்களை பயமுறுத்தி விடவில்லையென நினைக்கிறேன்) ஆகையால் உங்கள் பணி வாழ்க்கையிலும் சொந்த வாழ்க்கையிலும் உங்களை ஊக்குவிக்கும் மக்களுக்கு அழைப்பு விடுங்கள். உங்களை உயர்த்தும் மனிதர்களுக்கு. உங்களை மேலும் சிறப்பானவராக/உண்மையானவராக, மறக்க முடியாதவராக, மேலும் அன்புக்குடையவராக ஆக்குபவர்களுக்கு.

தங்கள் இதயத்தின் உள்ளிருந்து உலகத் தரத்திற்காக பொறுப்பேற்பவர்களுக்கு. மேலும் முக்கியமாக உலகத்தை வித்தியாசமாகப் பார்ப்பவர்களுக்கு. அவர்கள் உங்களுக்கு சவால் விடுவார்கள். உங்களை உந்துவார்கள். ஏன், சில நேரங்களில் உங்களை எரிச்சலூட்டுவார்கள் (அப்படி நடந்தால் அது உங்கள் நன்மைக்கே). இந்தப் பயிற்சி உங்களுக்கு மிகவும் பயன் தரும். அதனால் நீங்கள் வளர்வீர்கள். உங்கள் இலக்குகளை எட்டுவீர்கள். வேறு பரிமாணத்திற்குச் செல்வீர்கள். அதனால் நீங்கள் முன்பிருந்ததைப் போல் சராசரி மனிதராக இருக்க மாட்டீர்கள்.

உங்கள் பணித்தலத்தில் நீங்கள் ஏன் சராசரியான மனிதர்களோடு உங்கள் நேரத்தை வீணடிக்க வேண்டும்? உங்களுடைய சொந்த வாழ்க்கையில் சாதாரணமாக இருப்பதோடு திருப்தியடைபவர்களை ஏன் நண்பர்களாக்கிக் கொள்ள வேண்டும்?

47

இருக்கும் இடத்திலேயே புதுமை புகுத்தலாம்

உலகத் தரத்தை அடைவதற்கு ஒரு சிறந்த புதுமைகள் புகுத்துபவராக ஆவது மிகவும் அவசியம். விடாமல் விஷயங்களை மேம்பாடு செய்தல், அவைகளின் மதிப்பைக் கூட்டுவதற்கு பேரார்வத்துடன் புதிய வழிகளைக் கண்டு பிடித்தல், புத்திசாலித்தனமாக செயல்படல், வேகமாக இயங்குதல் இவைகளெல்லாம் தான் தொழிலில் சிறப்பாகச் செயல்படுபவர்கள் வாழ்க்கையில் கடைப் பிடிக்கும் முக்கியமான படைப்புத் திறன் இயல்புகள். ஆச்சரியப்படும் வகையில் ஆக்கபூர்வமாக இருந்து, உங்களை உச்ச மட்டத்திற்குத் தூக்கிச் செல்லும் அந்த மகத்தான ஆலோசனைகளை வெளிக் கொணர்வதற்கு நீங்கள் தோட்டத்தில் நடை பயிலத் தேவையில்லை அல்லது ஒரு தனி இடத்தைத் தேடிப் போக வேண்டியதில்லை. புதுமைகளைப் புகுத்தி அசாதாரணமாக சிந்திப்பதனால் தோன்றும் சிறந்த உள்ளுணர்வுகளில் சில நீங்கள் இப்பொழுது நிற்கும் இடத்திலேயே மலர்கின்றன. சிலிகான் வாலியில் இருக்கும் வடிவமைப்பு நிறுவனமான ஐடியோ வின் தலைவர் டாம் கெல்லி கூறியது போல, “ஸ்கி விளையாட்டு கூடங்களிலும் கடற்கரை உல்லாசத் தலங்களிலும் நடத்தப்படும் மூளைக் கசக்கல்கள் எதிர் விளைவுகளை ஏற்படுத்தலாம். படைப்பாற்றலும் உள்ளூக்கமும் உயரமான மலையுச்சிகளிலும், சமுத்திரம் நடக்கும் தூரத்தில் இருக்கும்போதும் தான் நடக்கும் என்று உங்கள் குழு உறுப்பினர்கள் நினைக்க வேண்டுமென்று விரும்புகிறீர்களா? என்னைத் தவறாக நினைக்காதீர்கள். ஆனால் இதைப் புரிந்து கொள்ளுங்கள். கடற்கரையில் வழக்கமாக வீசும் காற்று போல உங்கள் அலுவலகத்தின் ஊடேயும் படைப்பாற்றலின் ரீங்காரம் வழக்கமாக ஒலித்துக் கொண்டிருப்பது அவசியம்”. மிகவும் சரியாகச் சொல்லப்பட்டது.

உலகத் தரத்தை அடைவதற்கு ஒரு சிறந்த புதுமைகள் புகுத்துபவராக ஆவது மிகவும் அவசியம்.

48

பெற்றோராய்ப் பேணுவதின் பெருமை

தலைமை இல்லத்தில் தொடங்குகிறது. நீங்கள் பெறத் தகுதி பெற்றவர் என்று நான் நம்புகிறபடி நீங்கள் உண்மையாகவே வாழ்க்கையின் சிகரத்திற்குச் செல்ல வேண்டுமென்று விரும்பினால். உங்களுடைய குடும்பம் நிர்வகித்து, போற்றி, உயர்த்தப்பட வேண்டிய ஒரு ஸ்தாபனம். நாம் அன்பு செலுத்துபவர்களிடம் பகிர்ந்து கொள்ளும் தருணங்களே நம் வாழ்க்கையின் மிகச் சிறந்த தருணங்கள் என்றும் நான் நம்புகிறேன்.

நான் சற்று முன்பு தான் பியாங்காவை பள்ளியில் விட்டேன். ஒரு அருமையான லைசென்ஸ் ப்ளேட் (அனுமதித் தட்டு) டுடன் ஒரு காரைப் பார்த்தேன். RKIDSROC (our kids rock - எங்கள் குழந்தைகள் அசத்துகிறார்கள்) என்று எழுதியிருந்தது. என்னைப் புன்னகைக்க வைத்தது.

உங்கள் குழந்தைகளுக்காக நீங்கள் எந்த அளவிற்கு பெருமைப் படுகிறீர்கள்? அவர்கள் தான் உங்கள் தலையாய சொத்து என்று எண்ணுகிறீர்களா? எனக்கு நிச்சயமாக என் குழந்தைகள் தான். அவர்களுக்கு நான் தேவையென்றால் நான் ஈடுபட்டிருக்கும் பணியில் செய்து கொண்டிருக்கும் அனைத்தையும் ஒரு நொடியில் விட்டு விடுவேன். உங்கள் குழந்தைகளுடன் நிறையத் தரமான நேரம் கழிக்கிறீர்களா? நான் 13 வருடங்களாக ஒரு தந்தை. என் கும்பலுக்கு எவ்வளவு பொம்மைகளும், வீடியோ விளையாட்டுகளும் மற்றும் பரிசுகளும் நான் கொடுத்தாலும் அவையெல்லாம் நான் அவர்களுடன் செலவிடும் நேரத்திற்கு ஈடாகாது என்று நான் உங்களிடம் சொல்லியே ஆக வேண்டும். அவர்கள் என்றும் உண்மையில் விரும்புவது அது மட்டும் தான். நான் தி க்ரேட்னெஸ் கைடில் எழுதியது போல் டோரொன்டோவில் என்னைக் காணுவதற்காக தங்களுடைய

ஜெட் விமானத்தில் பறந்து வரும் கொள்ளை செல்வம் படைத்த என்னுடைய அதிகாரி-பயிற்சி வாடிக்கையாளர்கள் எத்தனையோ பேர் என்னுடன் அமர்ந்து தங்களுக்கு எல்லாம் இருந்தும் ஒன்றுமே இல்லை என்று கூறியிருக்கிறார்கள். ஏனெனில் அவர்கள் தங்கள் குழந்தைகளின் குழந்தைக் காலத்தைக் கண்டு மகிழத் தவறியவர்கள். பணமல்ல செல்வத்தின் மிக முக்கியமான வடிவம். நிச்சயமாக இல்லை.

ஆகையால் இன்று உங்கள் அன்புக்குரியவர்களிடம் அன்பு செலுத்துங்கள். அவர்களைக் கொண்டாடுங்கள். நீங்கள் சொல்ல வேண்டுமென்று நினைத்து சொல்லத் துணிவு இல்லாமல் சொல்லாமல் விட்ட அனைத்தையும் அவர்களிடம் சொல்லுங்கள். நீங்கள் அவர்களைப் பற்றி எவ்வளவு பெருமைப் படுகிறீர்கள் என்று காட்டியதற்காக ஒரு பொழுதும் வருத்தப்பட மாட்டீர்கள். ஒரு பொழுதும்.

செல்வத்தின் மிக முக்கியமான வடிவம்
பணமல்ல

49

மறைந்திருக்கும் இயந்திரம்

நான் அண்மையில் டைம் பத்திரிகையின் மனம் கவரும் இதழ் ஒன்றைப் படித்தேன். உலகத்தில் மிக அதிகமாகத் தாக்கம் ஏற்படுத்திய 100 நபர்களைப் பற்றி அங்கு சொல்லப்பட்டிருந்தது. அங்கு ஜாப்ஸ் இருந்தார். அதே போல் ப்ரான்ஸனும் கோரும் இருந்தார்கள். மற்றும் மிட்டலும் ஆப்ராவும். ஆனால் அதில் தரப்பட்டிருந்த சுயவிவரங்கள் பலவற்றில் ஒன்றான லியானார்டோ டிகாப்ரியோவைப் பற்றிய விவரம் எனக்கு மிகவும் திகைப்பைத் தந்தது. காரணம் சினிமா படம் எடுக்கும் மார்ட்டின் ஸ்கோர்ஸீஸ் அவரைப் பற்றிச் சொல்லியிருந்த ஒரு வாக்கியம். முதன் முதலில் டிகாப்ரியோவின் நடிப்பைப் பார்த்ததைப் பற்றி விவரித்திருந்தார். “அவருடைய நடிப்பில் நான் இயந்திரத்தைக் காணவில்லை”. அந்த வார்த்தைகளைப் படித்ததும் நான் பத்திரிகை படிப்பதைத் தொடர முடியவில்லை.

திறன் மிக்கவர்கள் அனைத்தையும் எளிமையாக்கி விடுகிறார்கள். சிறந்தவர்களில் சிறந்தவர்கள் தங்கள் கைத்திறனை மிகச் சுலபமாக இருப்பதாகவும் அசாதாரண நயத்துடனும் காட்டுகிறார்கள். குறைந்த பட்சம் உங்களுக்கும் எனக்கும் அப்படித் தோன்றச் செய்கிறார்கள். நாம் இயந்திரத்தைப் பார்க்க முடியாது. உலகில் சிறந்தவராக இருக்க அவர்கள் கடுமையாக உழைத்த அதிகாலைகளையும் பின்னிரவுகளையும் நாம் காணுவதில்லை. தகர்க்க இயலாத இடர்களை எதிர்கொண்டு தங்கள் கனவுகளை நனவாக்க அவர்களின் முதலீடான அசையாத நம்பிக்கையை நாம் காண்பதில்லை. மலையின் உச்சியில் ஏற அவர்கள் பொருட்படுத்தாமல் விட்ட விமர்சகர்களின் கேலிச் சிரிப்புகளை நாம் கேட்பதில்லை. சிறப்பாகச் செயல் புரிபவர்கள் - அது கேளிக்கை, வியாபாரம், அரசியல், கல்வி - எதுவாக இருந்தாலும்- அதைச் சுலபம் போல் காட்டுகிறார்கள். ஆனால் அது சுலபமாக

இருக்கவில்லை. ஒரே இரவில் பரபரப்பை உருவாக்கியவர்களாக ஆவதற்கு வருடக் கணக்கில் உழைத்திருப்பார்கள். அதை நாம் மறக்க வேண்டாம்.

சிறந்தவர்களில் சிறந்தவர்கள் தங்கள் கைத்திறனை மிகச் சுலபமாக இருப்பதாகவும் அசாதாரண நயத்துடனும் காட்டுகிறார்கள். குறைந்த பட்சம் உங்களுக்கும் எனக்கும் அப்படித் தோன்றச் செய்கிறார்கள்.

50

மாறுதல்களுக்காகக் காத்திருக்காதீர்கள்

நான் முழுவதும் சரியானவன் என்று எப்பொழுதுமே சொல்லிக் கொண்டதில்லை என்று உங்களுக்குத் தெரியும். நான் ஒரு குரு இல்லையென்றும் மற்றும் முன்னேறிக் கொண்டிருக்கும் ஒரு சாதாரண மனிதன் தான் என்பதை எப்பொழுதும் வலியுறுத்தி வந்திருக்கிறேன். மிகச் சாதாரணமானவன். எனக்கு சில திறன்கள் இருக்கின்றன. மேலும் சில குறைபாடுகள். (எல்லா மனிதர்களையும் போல்) என்னுடைய பலவீனங்களில் ஒன்று பொறுமையின்மை. விஷயங்களை நடத்தி முடிக்க வேண்டுமென்று ஒரு ஆதங்கம். மெதுவான மாற்றங்களை என்னால் தாங்கிக் கொள்ள முடியாது. என்னுடைய திறன்களைப் பயன்படுத்தி ஒரு தாக்கம் ஏற்படுத்துவது என் தேவை. (நம் எல்லோருக்கும் அது இருக்கிறது) அதையும் உடனேயே.

சில பலவீனங்கள் போல அதுவே வெற்றிக்கு ஒரு சிறந்த ஆதாரமாகவும் இருக்கிறது. நான் விஷயங்களை வேகமாக முன்னுக்குக் கொண்டு செல்கிறேன். வேகத்தை விரும்புகிறேன். விளைவுகள் மட்டும் தான் முக்கியம் (சற்று பொதுவாகத்தான் சொல்கிறேன்). பெஸ்ட் லைஃப் (ஒரு ஆங்கிலப் பத்திரிகை) ஃபின் ஒரு அண்மை இதழில் க்ளின்ட் ஈஸ்ட்வுட் (பிரபல நடிகர்) சொன்னது என் ஞாபகத்துக்கு வருகிறது. சில சமயங்களில் நீ ஒரு நல்ல மாற்றத்தைக் காண வேண்டுமென்றால், நீயே அந்த விஷயங்களை உன் கையில் எடுத்துக் கொள்ள வேண்டும். மிகவும் சரி.

உங்கள் குழுவுடன் நீங்கள் பணியாற்ற வேண்டும். நிச்சயமாக. ஆம், ஒருங்கிணைந்து பணியாற்றுங்கள். உங்களிடம் இல்லாத சில திறன்கள் மற்றவர்களிடமிருந்தால் உங்கள் பணியை நிச்சயமாக அவர்களிடம் ஒப்புவியுங்கள். ஆனால் சில சமயங்களில் எல்லோரும் ஏதோ ஒருவர் முதல் அடியை எடுத்து

வைக்க வேண்டுமென்று காத்திருக்கும்போது அந்த மாற்றத்தைத் தொடங்குவது நீங்களாக இருக்க வேண்டும். அதுதான் செயலில் துணிவு என்று நான் நினைக்கிறேன். அது தான் உங்கள் வாழ்க்கையை நன்றாகப் பயன்படுத்துவது. அது தான் தலைமை மற்றும் அசாதாரணமாக இருப்பதற்கு ஒரு அடையாளம்.

சில சமயங்களில் எல்லோரும் ஏதோ ஒருவர் முதல் அடியை எடுத்து வைக்க வேண்டுமென்று காத்திருக்கும்போது அந்த மாற்றத்தைத் தொடங்குவது நீங்களாக இருக்க வேண்டும்.

51

மேன்மையான உறவுகளின் முதன்மைத் தத்துவங்கள்

உங்கள் வாழ்க்கையின் தரம் உங்கள் உறவுகளின் தரத்தைப் பொறுத்து அமைகிறது. உங்கள் வாடிக்கையாளர்களிடம், உங்கள் வினியோகஸ்தர்களிடம், உங்கள் அன்புக்குரியவர்களிடம், உங்களிடம் கூட, (ஒரு அரிய சிந்தனை இங்கு) அசத்தும் உறவுகளுக்காகப் பொறுப்பெடுத்துக் கொள்ளுங்கள். உங்கள் வாழ்க்கையும் அசத்தும் அளவிற்குச் சிறந்ததாக இருக்கும். மேலும் மனித உறவுகளைப் பிணைப்பதில் சிறந்தவராக இருப்பது மிகவும் சுலபமான ஒரு விஷயம். வெற்றியென்பது அடிப்படை விஷயங்களை விடாமுயற்சியுடன் பின்பற்றுவது என்பதை நினைவிற்குக் கொண்டு வாருங்கள்.

கீழே கொடுக்கப்பட்டுள்ள ஏழு முதன்மைத் தத்துவங்கள் அளவிடவற்கரிய வகையில் எளிமையானவை, அதே சமயம் அளவிடவற்கரிய வகையில் சிறப்பானவை. எல்லா மகத்துவமான உண்மைகளும் அவ்வாறே அல்லவா?

- மற்றொருவரைச் சந்திக்கும்போது அவருக்கு ஹலோ சொல்ல முந்திக் கொள்ளுங்கள். (அல்லது நமஸ்தே / சலாம்/ ஹோலா / சலாம் மாலெகம் / அல்லது எது பொருத்தமோ அது) அதாவது முதலில் உங்கள் அன்பைத் தெரிவியுங்கள். (நாம் எல்லோரும் நிராகரிப்புக்குப் பயப்படுவதால் அதற்குத் துணிவு வேண்டும்)

- நிறையப் புன்னகை புரியுங்கள். மற்றொருவரை உங்களிடம் சகஜமாக இருக்க வைக்க அது ஒரு சிறந்த வழி. மக்களை நாம் சந்தித்த முதல் சில நிமிஷங்களில் நம்மைப் பற்றிய நீண்ட கால அபிப்பிராயத்தைப் பதிக்கிறோம் என்பதை நினைவில் வைத்திருங்கள்.

- அவர்களின் பெயர்களைப் பயன்படுத்துங்கள். இது மிக முக்கியம். உங்களுடைய அக்கறையையும் மதிப்பையும் அது காட்டுகிறது.

- மற்றவர்களிடம் பேசும்போது அவர்கள் கண்களைப் பார்த்துப் பேசுங்கள்.

- செவி மடுப்பதில் உலகத் தரம் பெறுங்கள். இதை மட்டும் முழுவதுமாகப் பின்பற்றினால், நீங்கள் உறவுகளில் சூப்பர்ஸ்டார் என்ற பட்டம் பெறுவீர்கள். பெரும்பான்மையான மக்கள் காது கொடுத்துக் கேட்பதில்லை. பெரும்பான்மையான மக்கள் தங்களைப் பற்றி மட்டும் எண்ணிக் கொண்டிருப்பதால் மற்றொருவரைச் சந்திக்கும்போது நல்ல கேள்விகளைக் கேட்கத் தவறி விடுகிறார்கள். காது கொடுத்துக் கேட்பதும் கேள்விகள் கேட்பதும் உங்கள் பணிவைக் காட்டுகிறது. நீங்கள் அக்கறையுள்ளவர் என்பதைக் காட்டுகிறது. அது நீங்கள் உங்களைப் பற்றி மட்டும் எண்ணாமல் மற்றவர்களையும் பற்றிச் சிந்திக்கிறீர்கள் என்பதைக் காட்டுகிறது. பெரும்பான்மையான மக்கள் தங்கள் கருத்துகளைச் சொல்ல மற்றவர்கள் பேசி முடிக்கும் வரை காத்திருப்பதையே செவி மடுப்பது என்று நினைத்துக் கொண்டிருக்கிறார்கள்.

- உண்மையான பாராட்டுகளைத் தெரிவியுங்கள். பாராட்டுவது இலவசம். பணியிலாகட்டும் வீட்டிலாகட்டும் மற்றொருவரைக் கொண்டாடி அவரை உயர்த்தும் வாய்ப்பை ஒருபொழுதும் தவற விடாதீர்கள். அவர்களுக்குள் உள்ள சிறந்தவற்றுடன் நீங்கள் இணைவீர்கள். பிறகு அவர்களும் அவர்களுடைய சிறந்தவற்றை உங்களுக்குத் தருவார்கள். நீங்கள் அவர்களை விட்டுச் செல்லும்போது நீங்கள் சந்திக்கும்போது இருந்ததை விட சிறந்தவர்களாக அவர்கள் உணர வேண்டும்.

- எல்லோரையும் அரசர் போல நடத்துங்கள். (நான் எல்லோரையும் என்று சொல்கிறேன்; ஒருவர் என்னிடம் மிகவும் நயத்துடன் நடந்து கொண்டு மேசைப்பணியாளரிடம் மரியாதையில்லாமல் நடந்து கொள்வது எனக்கு கிலியைத் தருகிறது - இங்கு விதி விலக்கு எதுவும் கிடையாது)

அவர்களை மற்றொரு முறை நீங்கள் சந்திக்க மாட்டீர்கள் என்பது போல் நடந்து கொள்ளுங்கள். நான் பணியிலிருந்து வீட்டிற்கு வரும்போது என்னுடைய குழந்தைகள் பறந்து வந்து என்னைக் கட்டிக் கொள்கிறார்கள். ஒவ்வொரு நாளும். என்னை ராஜா போல் உணர வைக்கிறது.

நிச்சயமாக மேலே தரப்பட்ட இந்த ஏழு ஆலோசனைகளும் எளிமையானவைகள் தான். இந்த ஏழு தத்துவங்களில் தேர்ச்சி பெறுங்கள். நீங்கள் நினைத்ததை விட வேகமாக உங்கள் மலையுச்சியை அடைவீர்கள். அடிப்படைகளில் தேர்ச்சி பெறுவதினால் மட்டுமே நீங்கள் மேன்மை அடைவீர்கள்.

மற்றொருவரைக் கொண்டாடி அவரை உயர்த்தும் வாய்ப்பை ஒருபொழுதும் தவற விடாதீர்கள்.

52

கவலையும் சிந்தனையும்

பற்பல தலைமைச் சிந்தனையாளர்கள் கடந்த காலத்தில் வாழ்வதைத் தவிர்க்க வேண்டுமென்று நமக்கு ஆலோசனை வழங்குகிறார்கள். நிகழ்காலத்தில் வாழ் என்று அறிவுரை கூறுகிறார்கள். இந்த தருணத்தின் மகிழ்ச்சியை அனுபவி. கடந்த காலம் ஒரு சமாதி. அவர்கள் சொல்வது எனக்கு நிச்சயமாகப் புரிகிறது. ஆனால் கடந்த காலத்தை நினைத்துப் பார்த்து இது வரை நடந்த பயணத்தின் இனிமையான தருணங்களில் மகிழ்வதில் நன்மைகளே இல்லையா? மேலும் நாம் அனுபவித்த எல்லாவற்றிலிருந்தும் பாடங்கள் கற்றுக் கொள்வதில் பயனே இல்லையா?

அதனால் கவலையையும் அதற்கு எதிராகச் சிந்தனையயும் பற்றி நினைத்துப் பார்க்கிறேன். நீங்கள் கடந்த காலத்திற்குச் செல்ல வேண்டுமா என்பது உங்களது நோக்கத்தைப் பொறுத்தது என்று நான் நினைக்கிறேன். கடந்த காலத்திற்கு செல்வதன் நோக்கமும் காரணமும் கெட்ட அனுபவங்களை எண்ணிப் பார்த்து, உங்களால் மாற்ற முடியாத விஷயங்களுக்காக கவலைப் பட்டு, வேதனை தந்த நேரங்களைத் திரும்பவும் வாழ்வதற்காக என்றால் அது ஒரு ஆரோக்கியமற்ற செயல் என்பேன். (நிஜமாகவே நேரத்தை முழுவதுமாக வீணடிப்பது; உங்களை வளர விடாமல் தக்க வைத்துக் கொள்கிறது). ஆனால் உங்கள் நோக்கம் கடந்த காலம் உங்களுக்கு கற்பித்த பாடங்களை எண்ணிப்பார்த்து உங்கள் ஞானத்தை வளர்த்துக் கொள்வது மற்றும் நீங்கள் அனுபவிப்பதற்கு ஆசீர்வதிக்கப்பட்ட இனிய நினைவுகளை திரும்பவும் ருசிப்பதற்கு என்றால் அது ஒரு நல்ல விஷயம் என்பேன். ஏனெனில் உங்கள் கடந்த காலத்தை உங்களுக்குப் பயன் தர அனுமதிக்கிறீர்கள். உங்களை மேலும் சிறந்தவராக்குகிறீர்கள்.

நீங்கள் செய்த விஷயங்களில் மாற்ற முடியாதவைகளுக்காகப் புலம்பி வருத்தப்படுவது நேரத்தை வீணடிப்பது என்பதை எண்ணிப்பார்க்க உங்களை அழைக்கிறேன் என்பதைப் புரிந்து கொள்வீர்கள் என்று நினைக்கிறேன். ஆனால் கடந்த நல்ல காலத்தை நினைத்து அதற்காக நன்றியுணர்வுடன் இருப்பதும் உங்கள் வாழ்க்கையின் சவாலான நேரங்களை உங்கள் வருங்கால வெற்றிக்குப் பயன்படுத்திக் கொள்வதும் நேரத்தை புத்திசாலித்தனமாகப் பயன்படுத்திக் கொள்வது தானே.

ஆனால் கடந்த காலத்தை நினைத்துப் பார்த்து இது வரை நடந்த பயணத்தின் இனிமையான தருணங்களில் மகிழ்வதில் நன்மைகளே இல்லையா? மேலும் நான் அனுபவித்த எல்லாவற்றிலிருந்தும் பாடங்கள் கற்றுக் கொள்வதில் பயனே இல்லையா ?

53
மற்றவர்கள் மீதான நம்பிக்கை

என் குழந்தைகளை ஹிலரி ஸ்வாங்கின் ஃப்ரீடம் ரைட்டேர்ஸ் என்ற திரைப்படத்தைப் பார்ப்பதற்கு அழைத்துச் சென்றேன். என் கண்களில் நீர் வழிந்தது. என்னை இன்னும் சிறந்தவனாக இருக்க, மேலும் பயனுள்ளவனாக இருக்கத் தூண்டியது. விஷயங்களை மிக அதிகமாக மேம்படுத்தச் செய்தது.

நான் அந்தத் திரைப்படத்திலிருந்து எடுத்துக் கொண்ட விஷயங்களில் ஒன்று: வேறு யாரும் ஒரு விஷயத்திற்குப் பொறுப்பேற்றுக் கொள்ள முன்வராதபோதும் மற்றவர்கள் மீதும் (உங்கள் மீதும்) நம்பிக்கை வைப்பதே தலைமை பற்றிய எல்லாமும் என்பதே. திரைப்படத்தில் குழந்தைகள் ஒரு கும்பலின் உறுப்பினர்கள். கடுமையான வாழ்க்கை. இறுகிப்போன இதயங்கள். ஆனால் அவர்களுடைய ஆசிரியர் அவர்கள் உண்மையில் பள்ளத்தில் தள்ளப்பட்டு செயலிழந்த/ நல்ல/ புத்திசாலியான/ அன்பு செலுத்தும் மனித ஜீவன்கள் என்பதைக் கண்டு கொண்டார். பள்ளிக்கூடம் அவர்களுக்கு புதிய புத்தகங்கள் கூடக் கொடுக்கவில்லை - அதற்குத் தகுதியுள்ளவர்களாக நினைக்கவில்லை. ஆனால் அவர்களுடைய ஆசிரியர் நினைத்தார். அவர்களை மரியாதையுடன் நடத்தினார். அவளே சொந்தச் செலவில் புத்தகங்களை வாங்கிக் கொடுத்தாள். (அதற்காக மேலும் இரண்டு இடங்களில் பணி ஏற்றாள்) அவர்களுக்கு சவால் விட்டாள். அவர்களைக் கொண்டாடினாள். அவர்கள் மீது நம்பிக்கை வைத்தாள். அதனால் அவர்கள் மாற்றமடைந்தார்கள். ஏனெனில் நீங்கள் மக்களிடம் சிறந்தவைகளைப் பார்க்கும்போது அவர்கள் உங்களுக்குத் தங்களின் சிறந்தவற்றைத் தருவார்கள்.

உலகத்தில் இரண்டு ஸ்தாபனங்களில் இது நடந்ததை நான் கண்டிருக்கிறேன். மக்களை வளர்த்து, கௌரவித்து மேலும்

ஊக்குவித்தால் அவர்கள் உயரப் பறப்பார்கள். அற்புதமான ஆசிரியர் லியோ பஸ்காக்லியா ஒருமுறை சொன்னது போல், ஒரு தட்டிக் கொடுக்கல், ஒரு புன்னகை, ஒரு அன்பான வார்த்தை, ஒரு செவிமடுக்கும் காது, ஒரு உண்மையான பாராட்டு அல்லது மிகச் சிறிய அக்கறை காட்டும் செயல் ஆகியவைகளின் சக்தியை நாம் மிகவும் அடிக்கடிக் குறைவாக எடை போட்டு விடுகிறோம் - இவைகளெல்லாம் ஒருவனின் வாழ்க்கையையே மாற்ற வல்லவைகள்.

வேறு யாரும் ஒரு விஷயத்திற்குப் பொறுப்பேற்றுக் கொள்ள முன் வராதபோதும் மற்றவர்கள் மீதும் (உங்கள் மீதும்) நம்பிக்கை வைப்பதே தலைமை பற்றிய எல்லாமும்.

54

செய்து பார்ப்பதே சிறந்த பயிற்சி

லான்ஸ் ஆர்ம்ஸ்ட்ராங்க் தன்னுடைய பிரமிக்கத்தக்க ஒழுக்கம் நிறைந்த அன்றாடப் பயிற்சித் திட்டத்தை நிறுத்தி விட்ட பின்பும் டூர் டி ப்ரான்ஸ் பந்தயத்தில் ஜெயிக்க ஆசைப்படுவதைக் கற்பனை செய்து பாருங்கள். ஸ்டீவ் நாஷ் தன்னுடைய நசுக்கிவிடும் அன்றாடப் பயிற்சியையும் மற்றும் ஆட்டத்திற்குப் பிறகு அவைகளை ஆய்வதையும் விட்டுவிட்ட பிறகும் தன்னுடைய மிகச்சிறந்த ஆட்ட நிலையில் இருக்கலாம் என்று எதிர்பார்ப்பதை எண்ணிப் பாருங்கள். அதே போல் டைகர் தன்னுடைய கால்ஃப் விளையாட்டை முடிவில்லாமல் திருத்திக் கொள்ளவும் மேம்படுத்திக் கொள்ளவும் தனக்குள்ள அசாதாரணமான ஏற்றெடுப்பைத் தளர்த்திக் கொள்வதைப் பற்றிச் சிந்தித்துப் பாருங்கள். நடக்கவே நடக்காது என்று சொல்வீர்கள். இருந்தாலும் நம்மில் எத்தனை பேர் நம் ஆட்டமான தொழில் மற்றும் வாழ்க்கையில் விடாத அன்றாடப் பயிற்சியை ஏற்றெடுத்துக் கொள்கிறோம்? மிகக் குறைவே.

நீங்கள் பயிற்சி செய்யவில்லையானல் எப்படி மேம்பட முடியும்? வெற்றி காரணமில்லாமல் நடக்கும் ஒரு விஷயமல்ல. ஆச்சரியம் தரும் வெற்றிகள் தற்செயலாக நிகழ்வதில்லை. வாழ்க்கையின் மிகச் சிறந்த விஷயங்களைச் சாதிப்பதற்கு பொறுமையும், தீவிர கவனமும் மற்றும் தியாகமும் தேவை. உலகத் தரம் வாய்ந்தவராக ஆவதற்கு நீங்கள் பாடுபட வேண்டும். தினமும். விடாமல். பேரார்வத்துடன்.

ஒரு தலைவனாக (மற்றும் மனிதனாக) நீங்கள் சும்மா வெற்றி பெற்று விடுவீர்கள் என்று நம்புவது ஒரு மாய எண்ணமன்றி வேறொன்றுமில்லை. அது நேரத்தை வீணாக்குவது. ஒரு சதவிகிதம் மக்கள் தான் வெற்றி பெறுகிறார்கள் என்பதை நினைவில் வையுங்கள். ஒவ்வொரு நாளும் செய்யும் சிறு சிறு

மேம்பாடுகள், உங்கள் அன்றாடப் பயிற்சியின் விளைவு, காலப் போக்கில் மலைக்க வைக்கும் விளைவுகளைக் கொண்டு வரும். விளையாட்டு வீரர்கள் தங்கள் ஆட்டத்தில் பயிற்சி செய்வதால் மேம்பாடடைகிறார்கள். தலைவர்கள் தங்கள் திறன்களைப் பண்படுத்திக் கொள்வதால் மேம்பாடடைகிறார்கள். தங்களுடைய தாக்கத்தை மேலும் பரப்புவதால், அங்கு சேரும் வரை தங்களுடைய மலையுச்சியை நோக்கி உணர்வுடன் அடிகளை எடுத்து வைப்பதால் மட்டுமே அவர்கள் மேம்பாடடைகிறார்கள்.

ஆச்சரியம் தரும் வெற்றிகள் தற்செயலாக நிகழ்வதில்லை. வாழ்க்கையின் மிகச் சிறந்த விஷயங்களைச் சாதிப்பதற்கு பொறுமையும், தீவிர கவனமும் மற்றும் தியாகமும் தேவை.

55

வலியும் நன்மை பயக்கிறது

மனவியல் நிபுணரும் கான்யான் ரான்ச் என்ற இடத்தில் அமைந்த லைப் என்ஹான்ஸ்மென்ட் ப்ரோக்ராம் (வாழ்க்கையை மேம்படுத்தும் திட்டம்) என்பதின் இயக்குனருமான டான் பேக்கர் எழுதிய வாட் ஹாப்பி பீப்பிள் நோ (மகிழ்ச்சியான மக்கள் எதைத் தெரிந்து வைத்திருக்கிறார்கள்) என்ற சிறந்த புத்தகமொன்றை நான் படித்துக் கொண்டிருக்கிறேன். நன்னம்பிக்கை மற்றும் வாழ்க்கையின் பிரச்சினைகளை எப்படி நேர்த்தியுடனும் நயத்துடனும் கையாளுவது என்பது பற்றி அவர் கூறியிருக்கும் சில வார்த்தைகளை உங்களிடம் பகிர்ந்து கொள்ள விரும்புகிறேன்.

அவர் இளைஞராக இருக்கும்போது அவருடைய குழந்தை பிறந்தவுடனே இறந்தது. அந்த நிகழ்ச்சி அவரை நிலைகுலையச் செய்து துன்ப இருட்டில் தள்ளியது. அவர் கற்றுக் கொண்ட பாடங்களைப் பற்றி புத்தகத்தில் எழுதுகிறார். "என்னுடைய பிரச்சினைகளின் மூலம், நான் உண்மையிலேயே நன்னம்பிக்கை என்றால் என்ன என்பதைக் கற்றுக் கொண்டேன்; நிகழ்ச்சி எந்த அளவிற்கு வலியை ஏற்படுத்துகிறதோ அந்த அளவிற்கு அதிலிருந்து கற்றுக் கொள்ளும் பாடம் மகத்தானதாக இருக்கும். வாழ்க்கையில் எத்தனையோ பாடங்களை நாம் கற்றுக் கொள்ள விரும்புவதில்லை. ஒருவரிடம் இந்த விஷயங்களைச் சொல்லி அவர் அறிவு பெற்று விடுவார் என்று எதிர்பார்க்க முடியாது. அறிவு எப்பொழுதுமே கடினமான வழிகளிலேயே வருகிறது". என்று சொல்கிறார்.

ஆழம் செறிந்த வார்த்தைகள். ஒருகால் நம் இதயத்தைப் பிளக்கும் விஷயங்கள் தான் அதைத் திறக்கப் பயன்படுத்தப் படுகின்றனவோ? வலி நமக்கு மிகவும் பயன் தரலாம். (அதில் இருக்கும் பாடங்களை நாம் கற்றுக் கொள்ளத் தீர்மானித்தால்)

மேலும் வாழ்க்கையின் மிகப் பெரிய சவால்கள் தான் அதன் மிகப் பெரிய வாய்ப்புகள் போலும்.

ஒருகால் நம் இதயத்தைப் பிளக்கும் விஷயங்கள் தான் அதைத் திறக்கப் பயன்படுத்தப் படுகின்றனவோ?

56

நீங்கள் எப்படியோ அப்படியே உங்கள் அணி

காலையில் கால்பியை பள்ளிக்கு கால்-நடையாக அழைத்துச் செல்லும்போது சாலைப் பணியாளர்கள் அணி ஒன்று பணியில் ஈடுபட்டிருந்ததைப் பார்த்தேன். அணியின் தலைவருக்கு இது ஒரு கெட்ட நாள் போலும். சாலைத் தடுப்பினால் மெதுவாகச் செல்ல வேண்டியிருந்ததால் ஒரு பஸ்ஸின் ஓட்டுனர் (பெண்மணி) ஒலிப்பானை அழுத்தி உரக்க ஒலிக்கச் செய்து கொண்டிருந்தாள். அணியின் தலைவன் உரக்க கத்தி காற்றில் ஒரு குத்து விட்டான். பிறகு சாலைத் தடுப்பில் ஒரு உதை கொடுத்தான். மிகவும் கோபம் போலும்.

பிறகு தன் அணியிடம் கத்தத் தொடங்கினான், அவர்களைப் பரிகசித்தான். தன் விஷத்தை வெளியே கக்கிக் கொண்டிருந்தான். அவர்கள் குனிந்து கீழே பார்த்துக் கொண்டு பணியைத் தொடர்ந்து கொண்டிருந்தனர். அவர்கள் பொது இடத்தில் நடந்த இந்த நிகழ்ச்சியை அவமானமாக உணர்ந்ததை என்னால் உணர முடிந்தது. ஆனால் அந்தத் தலைவன் தொடந்து அதைச் செய்து கொண்டிருந்தான். அவனுடைய நச்சுக் கழிவுப் பொருளை மும்முரமான சாலையில் எல்லோரும் பார்க்கும்படி வெளியே கொட்டிக் கொண்டிருந்தான். இன்றிரவு அவன் தன் அணியை மோசமாகப் பணி புரிந்ததாகக் குற்றம் சாட்டுவான். ஒருகால் அவன் குழந்தைகளிடமும் கூக்குரலிடுவான்.

ஒரு பெரிய சிந்தனை: நீங்கள் இருப்பதை விடச் சிறந்தவர்களாக உங்கள் அணி இருக்க முடியாது. (நீங்கள் அணியின் தலைவராக இல்லாமலிருந்தாலும்) நீங்கள் ஏற்படுத்திக் கொள்ளும் தரத்திற்கே நீங்கள் எல்லோரும் உயர முடியும். ஒவ்வொரு விரலும் கையின் பலத்தைப் பாதிக்கும். ஸ்தாபனங்கள் என்னை அமர்த்தி தங்கள் ஊழியர்களை உலகத் தரமான செயல்பாடுகள் புரிந்து அசாதரணமான விளைபலன்களைக் கொண்டு வர உதவ வேண்டுமெனக் கேட்கும்போது நான் அறையில் இருக்கும்

ஒவ்வொருவருக்கும் மெல்ல ஞாபகப்படுத்துவேன், எல்லாமே உங்களிலிருந்து தான் ஆரம்பம், என்று. ஒரு நிறுவனத்தின் முன்னேற்றத்திற்கு இது மிக முக்கியமென்று நான் நினைக்கிறேன். மற்றவர்களைக் குற்றம் சொல்வதை நிறுத்துங்கள். அது உங்களுக்கே நீங்கள் சமாதானம் சொல்லிக் கொள்வது. மேலும் அது உங்கள் உள்ளுலகத்திலிருந்து ஆரம்பிக்கிறது.

வெளியுலத்தில் தலைமை அகத் தேர்ச்சியில் தொடங்குகிறது. நீங்கள் ஒரு சிறந்த மனிதனாக ஆவதற்கு பொறுப்பெடுத்துக் கொள்ளும் வரை ஒரு மேம்பாடான நிறுவனத்தை உருவாக்க உங்கள் பங்கை அளிக்க முடியாது.

தெருவில் நான் பார்த்த அணித் தலைவர் தன்னைக் கண்ணாடியில் பார்த்துக் கொள்ள வேண்டும். தன்னுடைய கழிவுகளை அவர் முதலில் சுத்தம் செய்து கொள்ள வேண்டும். தன் கோபத்தைக் கையாளக் கற்றுக் கொள்ள வேண்டும். தன்னைச் சிறைப்படுத்தும் எண்ணங்களிலிருந்து விடுபட வேண்டும். தன் தன்மைகளை மேம்படுத்திக் கொள்ள வேண்டும். தன் இதயத்தைத் திறக்க வேண்டும். இது என்ன பெரிய விஷயம் என்று சொல்கிறீர்களா? இல்லை. நான் அப்படி நினைக்கவில்லை. அது மிகவும் கடினமான விஷயம். (எத்தனை நபர்களுக்கு அதைச் செய்யும் துணிவு இருக்கிறது?) அந்த ஒரு விஷயம் தான் முடிவில் தொழிலில் சிறந்த விளைபலன்களுக்குக் காரணமாக அமைகிறது. லாபத்தைப் பெருக்குகிறது. ஸ்தாபனங்களை உச்சிக்குக் கொண்டு செல்கிறது. ஆமாம், இதெல்லாம் உங்களிடமிருந்து ஆரம்பம் என்று சொன்னேனோ? ஆமாம், உண்மையாக உங்களிலிருந்து தான் ஆரம்பிக்கிறது.

நீங்கள் ஏற்படுத்திக் கொள்ளும் தரத்திற்கே நீங்கள் எல்லோரும் உயர முடியும். ஒவ்வொரு விரலும் கையின் பலத்தைப் பாதிக்கும்.

57

சங்கீதம் வாழ்க்கையைச் சிறப்பாக்குகிறது

அதிகாலை மணி நான்கு. நான் காபி குடித்துக் கொண்டிருக்கிறேன். குழந்தைகள் உறங்கிக் கொண்டிருக்கிறார்கள். நான் என்னுடைய நாட்குறிப்பை எழுதிக்கொண்டிருக்கிறேன். நாட்குறிப்பெழுதுவது உங்களிடமே ஒரு உரையாடல் வைத்துக் கொள்வது போல. உங்களின் மேம்பாட்டை உருவாக்க உதவுகிறது. சிந்திக்கிறேன். மற்றும் அமர் எஸ் கொம்பாடிர் என்ற மானாவின் ஒலித்தகட்டைக் கேட்டுக் கொண்டிருக்கிறேன். எனக்கு மிகவும் பிடிக்கும். இதோ உங்களிடம் ஒரு கேள்வி: உங்களுடைய வாழ்க்கையில் எந்த அளவிற்கு சங்கீதத்திற்கு அழைப்பு விடுகிறீர்கள்?

துன்பமான நேரங்களைக் கடப்பதற்கு சங்கீதம் எனக்கு உதவியாக இருந்திருக்கிறது. எனக்கு ஊக்கம் தேவைப்பட்டபோது அது எனக்கு ஊக்கம் தந்திருக்கிறது; நான் மகிழ்ச்சியை விரும்பும்போது எனக்கு மகிழ்ச்சி தந்திருக்கிறது: அமைதிக்காக ஏங்கும்போது அமைதி தந்திருக்கிறது. என்னை இன்னும் வண்ணமயமாக, ஈடுபாடுடையவனாக, துடிப்புள்ள மனிதனாக உருவாக்கியிருக்கிறது. நம் பணியிலும் வாழ்க்கையிலும் சிறப்பாகச் செயல்பட நமக்குள் பேரார்வமும், சந்தோஷமும், வெற்றிக்கான விடாத விழைவும் பொங்கி வழியவேண்டும். அதற்கு சங்கீதம் உதவும். ஏராளமாக. அது ஒவ்வொரு தருணத்தையும் மென்மேலும் சிறப்பாக்கும். ஒரு ஒளிமயமான வாழ்வின் ஒலிப்பதிவு அது. நீங்கள் இதை மானாவுடன் தொடங்கலாம்.

சங்கீதம் உதவும். ஏராளமாக. அது ஒவ்வொரு தருணத்தையும் மென்மேலும் சிறப்பாக்கும். ஒரு ஒளிமயமான வாழ்வின் ஒலிப்பதிவு அது.

58

உங்களுடைய சாக்குபோக்குகளுக்காகப் போராடாதீர்கள்

நான் பணியில் இப்பொழுது இருப்பதைவிடச் சிறந்தவனாக இருக்க முடியாது. எனக்கு உடற்பயிற்சி செய்ய நேரமில்லை. நான் இந்த திட்டத்தை ஏற்றெடுக்கமுடியாது (அல்லது அந்தக் கனவை அடைய முடியாது): ஏனெனில் அது மிகவும் கடினம் / கிலியாக இருக்கிறது / அது நடைமுறையில் சாத்தியமில்லை. உங்கள் சால்ஜாப்புகளுக்காக மல்லுக் கட்டுவது மிகவும் பொதுவான மனித இயல்பு தான். உங்களுக்குத் தேவையில்லாததற்கு உணவளித்து வளர்த்தாதீர்கள். அவைகள் எப்படியோ போகட்டும். உங்கள் சக்தியில் காலடி எடுத்து வையுங்கள்.

நாம் தோல்வியடைவதற்கு கோடிக் கணக்கான காரணங்கள் இருக்கலாம் - ஆனால் அதற்கு ஒரே ஒரு சால்ஜாப்பு கூடக் கிடையாது என்று கூறுகிறார் ருட்யார்ட் கிப்லிங்க். வெற்றிகரமான மனிதர்கள் சால்ஜாப்புகள் சொல்வதில்லை. அவர்கள் விளைவுகளை உருவாக்குகிறார்கள். சிறந்த வாழ்க்கை என்றுமே சால்ஜாப்புகளின் அஸ்திவாரத்தின் மேல் படைக்கப்பட்டதில்லை. ஆகையால் அதைச் சொல்வதை நிறுத்தி விடுங்கள். அவைகளில் பெரும்பான்மையானவை நாமாக உருவாக்கிய கற்பனைகள். நீங்கள் அச்சப்படும் விஷயங்களைச் செய்யாமல் தவிர்க்க வடிவமைக்கப்பட்டவைகள். ஆமாம், ஒவ்வொரு சால்ஜாப்பிற்குப் பின்னாலும் ஒரு அச்சம் இருக்கிறது. நமக்குத் தெரியாததைப் பற்றிய அச்சம். தோல்வியைப் பற்றிய பயம். வெற்றியைப் பற்றிய பயம்.

இன்றைய தினம் உங்கள் சால்ஜாப்புகளுக்கு உங்களை அழைத்துச் செல்லும் பாலங்களை நீங்கள் எரித்துவிடும் நாளாக இருக்க வேண்டும். (அதைச் செய்யுங்கள்) உங்கள் வாழ்க்கையின் பழகிப் போன பாதையை விட்டுச் சிறிது விலகி அங்கு தென்படும் சாத்தியக்கூறுகளை நோக்கி அடி எடுத்து வைக்கும்

நாள் இன்றைய தினமாக இருக்கலாம். நீங்கள் பட்டமில்லாமலே தலைமையேற்பது இன்றைய நாளாக இருக்கலாம். உங்களுடைய உண்மையான மகத்துவத்தை வெளிக் கொணருங்கள்.

சிறந்த வாழ்க்கை என்றுமே சால்ஜாப்புகளின் அஸ்திவாரத்தின் மேல் படைக்கப்பட்டதில்லை. ஆகையால் அதைச் சொல்வதை நிறுத்தி விடுங்கள்.

59

இணைப்பவராய் இருங்கள் எப்பொழுதும்

தலைமை மிகவும் அதிகமாக உறவுகளைப் பற்றியதாகும். உண்மையான தலைவர்கள் தாங்கள் எங்கு செல்ல நினைக்கிறார்களோ அங்கு செல்வதற்குத் தங்களுக்கு உதவும் ஒரு வலுவான சமுதாயப் பிணையத்தையும் நம்பிக்கையுள்ள குழு உறுப்பினர்கள் கொண்ட சமூகத்தையும், பொருள் / சேவை வழங்குபவர்களையும், வாடிக்கையாளர்களையும் அமைத்துக் கொள்கிறார்கள். (அதே சமயம் அவர்களும் பிரதியுதவி செய்கிறார்கள்) மிகச் சிறந்த தலைவர்களுக்கு எப்படி இணைப்பது என்பது தெரியும். மிக நன்றாகத் தெரியும்.

நான் ஹாங்காங்கிலிருந்து ஊருக்குத் திரும்ப விமானத்தில் அமர்ந்திருக்கிறேன். என்னுடைய ப்ளாக் பெரி டெலிபோனில் ப்ளாக் (வலைப் பதிவு) செய்து கொண்டிருக்கிறேன். ஒரு இனிமையான ஏர் கானடா விமானப் பணியாளர் பயணம் முழுவதிலும் அவளுடைய பயணிகளோடு இணைப்பு ஏற்படுத்திக் கொள்ள பல வழிகளைப் பின்பற்றிக் கொண்டிருக்கிறாள். எங்களுடைய பெயர்களை நினைவில் வைத்துக் கொள்கிறாள். எங்களைப் புன்னகைக்க வைக்கிறாள். சற்று முன் தான் எனக்கு உணவு ஏதும் வேண்டுமா எனக் கேட்டாள். நான் வேண்டாமென்றேன் (நான் விமானத்தில் பறக்கும்போது குறைவாக உண்ண முயல்கிறேன்) அவளுடைய பதில் சிறப்பாக இருந்தது. உங்களுக்கு நன்றாக வயிறு நிறைந்து விட்டது என நினைக்கிறேன் என்றாள் அது என்னைச் சிரிக்க வைத்தது - அவள் மேலும் என் நினைவில் பதிந்தாள்.

ஆகையால் இணைப்பு ஏற்படுத்திக் கொள்ள வழி காணுங்கள். உங்களுடன் பணி புரிபவர்களுடன். உங்களுடன் வாழும் அன்புக்குரியவர்களுடன். வாழ்க்கையெனும் பயணத்தை உங்களுடன் பகிர்ந்து கொள்ளும் வேற்று மனிதர்களிடம்.

உங்கள் தொழிலில் மேலும் அதிக வெற்றியை ஈர்ப்பதோடு, நீங்கள் மேலும் மகிழ்ச்சியானவராக ஆவீர்கள்.

ஆகையால் இணைப்பு ஏற்படுத்திக் கொள்ள வழி காணுங்கள். உங்களுடன் பணி புரிபவர்களுடன். உங்களுடன் வாழும் அன்புக்குரியவர்களுடன். வாழ்க்கையெனும் பயணத்தை உங்களுடன் பகிர்ந்து கொள்ளும் வேற்று மனிதர்களிடம்.

60

உங்களை எது வேறுபடுத்துகிறது?

ஸ்டார்பரி ஒன் கூடைப்பந்துக் காலணிகள், நைக்கே மற்றும் ரீபோக் விற்கும் காலணிகள் போலவே இருக்கும். என்.வை.நிக்ஸ்ஸின் பாதுகாவலர் ஸ்டெபோன் மார்பரி அதை ஆட்டமைதானத்தில் அணிந்து கொள்கிறார். அவைகள் அவர்களுடைய போட்டியாளர்களுடையனவை போலவே நீண்ட நாள் உழைக்கும்படித் தயாரிக்கப்பட்டிருக்கின்றன. ஆக எது அதைத் தனிச்சிறப்பு வாய்ந்ததாக ஆக்குகிறது? அதன் விலை. ஒரு ஜோடிக்கு 14.98 டாலர் மட்டுமே. (உண்மையாகவே) சிறந்த வியாபாரங்களுக்கு தங்களை எது வேறுபடுத்துகின்றது என்று தெரியும் - போட்டியிடுகையில் தங்களது அனுகூலங்கள் - மற்றும் உலகம் முழுவதிலும் அவர்களுடைய தனிச்சிறப்பு எது என்று தெரியும் வரையில் அந்த அனுகூலத்தில் தீவிரக் கவனம் செலுத்தும் வகையில் முனைப்புடன் இருப்பது. டெஸ்லா (கார் நிறுவனம்) இப்பொழுதுதான் ஒரு லட்சம் டாலர் விலைச் சீட்டுடன் ஒரு ஸ்போர்ட்ஸ் காரை களமிறக்கியிருக்கிறது. அதன் தனிச்சிறப்பு என்ன? அது நாலே நொடிகளில் பூஜ்யத்திலிருந்து மணிக்கு 60 மைல் வேகத்திற்குத் தாவும், அது மின்விசையால் ஓடுகிறது. மற்றும் அதன் பாட்டரி ஒரு லட்சம் மைல்கள் வரை தாக்குப் பிடிக்கும். பிரமாதமான வேறுபடுத்தும் குறிகள்.

ஆகையால் வித்தியாசமாக இருக்கும் துணிவைப் பெறுங்கள். உங்களுடைய தொழிலில் இது வரை முன்பு எப்பொழுதும் உருவாக்கப்படாத மதிப்பை உருவாக்கும் தைரியம் பெறுங்கள். அசத்தும் அளவிற்கு புதுமை புகுத்துங்கள். எப்பொழுதும் மேலும் அதிகமாக இன்னும் பெரியதாக உங்கள் கற்பனைகள் இருக்கட்டும். உங்களை மற்றவர்களிடமிருந்து எது வேறுபடுத்துகிறது என்பதைப் புரிந்து கொள்ளுங்கள். ஏனெனில் உங்கள் வியாபாரத்தின் தனிச்சிறப்பு உங்களுக்கே

தெரியாவிட்டால் மற்றவர்களிடம் நீங்கள் எப்படிச் சொல்ல முடியும்?

> உங்களை மற்றவர்களிடமிருந்து எது வேறுபடுத்துகிறது என்பதைப் புரிந்து கொள்ளுங்கள். ஏனெனில் உங்கள் வியாபாரத்தின் தனிச்சிறப்பு உங்களுக்கே தெரியாவிட்டால் மற்றவர்களிடம் நீங்கள் எப்படிச் சொல்ல முடியும்?

61

காலம் மிக வேகமாகச் சென்று விடும்

இன்று பியாங்காவைப் பள்ளிகூடத்தில் விட்டுவிட்டு வந்தேன். அவளுடைய தோழிகளை நோக்கி அவள் செல்வதைப் பார்த்துக் கொண்டிருந்தேன். அவளுக்கு இப்பொழுது வயது 11. நேற்றுதான் அவளை என் முதுகில் சுமந்து சென்று அவளுக்கு பப்பில் கம் வாங்கிக் கொடுத்து க்ரேயான்களால் அவள் வண்ணங்கள் தீட்டுவதைப் பார்த்தது போல் இருக்கிறது. அவள் இப்பொழுது ஆர்வில் லவிக்னே, பியான்ஸ் மற்றும் ஹிலாரு டஃப்ஃப் (அனைவரும் பாடகர்கள்) ஆகியோர்கள் பற்றிப் பேசிக் கொண்டிருக்கிறாள். நான் முன்பே சொன்னதுபோல் அவள் பெரியவளாகும்போது ராக் சங்கீதக் குழுவில் டிரம் வாசிப்பவளாக விரும்புகிறாள். (சற்று சிறியவளாக இருக்கும்போது பல் டாக்டராக இருக்க விரும்பினாள். பிறகு டாலர் கடைச் சொந்தக்காரியாக)

சங்கீதக் கலைஞர்களில் (பாடகர்கள் எல்லோருமே கலைஞர்கள் தான்) எனக்கு மிகவும் பிடித்த ஒருவர் ஆங்கிலப் பாடல்கள் எழுதும் லாயிட் கோல். அவருடைய ஒரு பாட்டு, காலம் அனேகமாக ஒரு விமானம் போல வேகமாகப் பறந்து விடும் என்று நமக்கு நினைவு படுத்தும். நீங்கள் உணர்வதற்கு முன்பு உங்கள் குழந்தைகள் தங்களுடைய வாழ்க்கையை வாழ்வதற்குச் சென்று விடுவார்கள். காலம் அப்படித்தான். மணல் துகள்கள் நம் விரல்களின் ஊடே வழிந்து விடுவது போல பறந்து விடும். ஆகையால் இன்று உங்கள் அன்புக்குரியவர்களிடம் அன்பைத் தெரிவியுங்கள். உங்கள் பணியில் உங்கள் சிறந்ததைக் கொடுங்கள். நீங்கள் செய்யும் செயல்களிலெல்லாம் ஒரு படி அதிகமாகவே செய்யுங்கள். உண்மையாகப் பேசுங்கள். கௌரவமாக வாழுங்கள். வேடிக்கைகளிலும் மகிழுங்கள். ஏனெனில் உங்கள் காலம் ஓடி விடும்.

நீங்கள் செய்யும் செயல்களில்லாம் ஒரு படி அதிகமாகவே செய்யுங்கள் உண்மையாகப் பேசுங்கள். கௌரவமாக வாழுங்கள் வேடிக்கைகளிலும் மகிழுங்கள். ஏனெனில் உங்கள் காலம் ஓடி விடும்.

62

அமைதிக்கு என்ன ஆயிற்று?

நான் விமான நிலையத்தில் இருந்தேன். லாஸ் வேகாஸிற்கு விமானத்தில் சென்று 3000 பிணைய விற்பனையாளர்களுக்கு ஒரு சொற்பொழிவு கொடுக்க வேண்டும். சிறிது நேரமிருந்ததால் எதையாவது படித்துக் கொண்டிருக்கலாமென்று வணிகப் பயணிகள் ஓய்விடத்திற்குச் சென்றேன். மிகவும் சத்தமாக இருந்தது. எங்கு பார்த்தாலும் செல் போன்களின் ஒலி. (சில கர்ண கடூரமான ரிங் டோன்கள் என்னைத் தூக்கத்தில் தூக்கிப் போட வைக்கும்) மக்கள் தங்கள் ப்ளாக் பெர்ரிக்களில் மிகவும் சத்தமாகப் பேசிக் கொண்டிருந்தார்கள். (ஆர்.ஐ,எம் (ப்ளாக்-பெர்ரி நிறுவனம்) என்னுடைய வாடிக்கையாளர்களில் ஒன்று - நான் இன்னும் உங்களை நேசிக்கிறேன் நண்பர்களே) ஒரு பயணி போர்ட்டபில் ப்ளேஸ்டேஷனில் (கைகளில் எடுத்துச் செல்லும் விளையாட்டு முனையம்) ஹெட்போன் இல்லாமல் கேம் விளையாடிக் கொண்டிருந்தார். அவர் ட்ராகன்களோடு சண்டையிடுவதும் புதிய நிலங்களை ஆக்கிரமிப்பதும் எங்கள் எல்லோருக்கும் கேட்டது. நான் என் ஐபாடின் புண்ணியத்தால் அதில் மூழ்கி உலகத்தை மறந்தேன். நன்றி ஸ்டீவ் ஜாப்ஸ் அவர்களே. ஆனால் நான் அதைக் கட்டாயமாகச் செய்ய வேண்டியிருந்தது. .

பிறகு நாங்கள் கேட்டிற்குப் போனோம். அங்கு எப்படி இருந்தது என்று நினைக்க்றீர்கள்.? ஓசை.ஓசை.ஓசை. ஏதோ ஒரு நிறுவனம் அங்கு மூன்று தட்டைத்-திரை தொலைக் காட்சிப் பெட்டிகளை நிறுவியிருந்தார்கள். அதன் ஓசை பத்தில் வைக்கப்பட்டிருந்தது. நம்புவது மிகக் கடினம். எவருமே தொலைக் காட்சி பார்க்கும் மனோ நிலையில் இருந்ததாகத் தெரியவில்லை அல்லது அந்த இடைஞ்சலை விரும்பியதாகவும் தெரியவில்லை. எவருமே எங்கள் அனுமதியைக் கேட்கவில்லை. திரும்பவும் என் ஐபாட்

வெளியே வந்தது. எனக்கு அமைதி தேவை. உண்மையிலேயே அதற்காக ஏங்குகிறேன். (மிகவும் உச்சத்தில் செயல்படும் காலங்களும் நம்மை முழுவதுமாகப் புதிப்பித்துக் கொள்ளும் காலங்களும் மாறி மாறி வருகையிலேயே உலகத்தரம் வாய்ந்த விளை பலன்கள் ஏற்படுகின்றன என்று நான் நினைக்கிறேன் : இங்கு ஒரு மகத்தான சிந்தனை)

நிச்சயமாக நான் தொழில் நுட்பத்தைப் பாராட்டுகிறேன். புத்திசாலித்தனமாகப் பயன்படுத்தினால் நாம் நன்றாகச் செயல் புரியவும் நன்றாக வாழவும் உதவி புரிகின்றன.

ஆனால் நிசப்தமான இடங்களும் ஓசைகள் இல்லாத இடங்களும் எங்கு போயின? அளவிற்கதிகமான ஓசை நாம் கற்பனைகள் செய்வதற்கும், நல்ல உரையாடல்கள் புரிவதற்கும் மேலும் நேரத்தை அமைதியாகக் கழிப்பதற்கும் பெருந்தடையாக இருக்கிறது. நம் எல்லோருக்கும் அமைதி தேவை. நாம் ஒரு நல்ல வாழ்க்கை வாழ வேண்டுமானால். நம் மகத்துவத்தை அடைய வேண்டுமானால்.

அளவிற்கதிகமான ஓசை நாம் கற்பனைகள் செய்வதற்கும், நல்ல உரையாடல்கள் புரிவதற்கும் மேலும் நேரத்தை அமைதியாகக் கழிப்பதற்கும் பெருந்தடையாக இருக்கிறது.

63

குறைகளில்லா குணசாலி

துருப்பிடிக்காத எஃகு - ஒரு மகத்தான கண்டுபிடிப்பு. ஆனால் குறைகளில்லா குணசாலி பற்றி என்ன சொல்வது? எவனொருவன் உன்னத குணங்களுடன், தன் எல்லா நாட்டங்களிலும் தேர்ச்சிக்கு விழைந்து, தன் உயர்ந்த குறிகோள்களை நோக்கிச் செல்வதை விட்டுவிடாமல் இருக்கிறானோ அவன் உள்ளே இருப்பது நிச்சயமாக வெளியே தெரிய ஆரம்பிக்கும். நான் என்ன சொல்கிறேனென்றால் உங்கள் உள்ளுலகத்தின் தரம் இறுதியில் உங்கள் வெளியுலகத்து விஷயங்களில் பிரதிபலிக்கும். உங்கள் உள்ளுலகத்தை விடப் பெரியதாக உங்கள் வெளியுலகம் ஒரு பொழுதும் வளர்ந்துவிட முடியாது. வாழ்க்கை உண்மையிலேயே ஒரு கண்ணாடி - அது நாம் என்ன விரும்புகிறோம் என்பதை விட யாராக இருக்கிறோம் என்பதைப் பிரதிபலிக்கிறது.

எவனொருவன் அசலான கனவுகளைக் காண்கிறானோ, எவன் அப்பழுக்கில்லா நேர்மையுடனும், நல்லவனாகவும், நெறிமுறைகளுடனும் இருந்து கொண்டு, எது சிறந்ததோ அதற்காக நிற்கிறானோ அவன் சீக்கிரமே அந்தப் பண்புகளோடு ஒத்து செயல் புரிவான். அந்தச் செயல்கள் மிகச் சிறந்த விளைபலன்களை தோற்றுவிக்காமல் இருக்க முடியாது. உள்ளிலிருப்பது எப்பொழுதும் வெளியிலிருப்பதை உருவாக்குகிறது. எப்பொழுதுமே.

சென்ற இரவு பியாங்காவுடன் ஸ்பைடர்மேன்-3 படம் பார்த்தேன். அந்தத் திரைப்படத்தின் சிறந்த வரிகள் மிகவும் தெள்ளத் தெரிந்த வரிகள் தான்: நமக்கு எப்பொழுதுமே தேர்வுகள் இருக்கின்றன. நாம் எப்பொழுதுமே நல்லதையோ கெட்டதையோ தேர்ந்தெடுக்கலாம். இந்தத் தலைமை / வெற்றி / சிறப்பு விஷயம் உண்மையிலேயே மிகவும் எளிமையானது. எளிமையானது - ஆனால் சுலபமானது அல்ல. (மேம்பாடு என்பது எது சுலபமோ

அதைச் செய்வதை விட எது சரியோ அதைச் செய்வது தானே) வாழ்க்கையின் சிறந்த விஷயங்களுக்கு முயற்சியும், பொறுப்பும், ஒழுக்கமும் தேவை. (என்னுடைய நண்பன் நிடோ க்யூபெய்ன் ஒரு முறை கூறினான்: ஒழுக்கத்தின் விலை எப்பொழுதுமே வருத்தத்தின் வலியை விடக் குறைவாகவே இருக்கும்) நிச்சயமாக இவையெல்லாம் மிகத் தெளிவாக இருப்பது போல் தோன்றுகிறது. ஆனால் எது மிகத் தெளிவாக இருக்கிறதோ அது தான் அடிக்கடி மறக்கப்படுகிறது.

நமக்கு எப்பொழுதுமே தேர்வுகள் இருக்கின்றன. நாம் எப்பொழுதுமே நல்லதையோ கெட்டதையோ தேர்ந்தெடுக்கலாம்

64

சுதந்திரமளியுங்கள் உங்கள் அணிக்கு

சிறந்த தலைவர்கள் தங்கள் குழு உறுப்பினர்களுக்கு சுதந்திரம் கொடுக்கிறார்கள். அவர்கள் தங்கள் லட்சியத்தைத் தெளிவாக அவர்களுக்குத் தெரிவித்து, அவர்களுக்கு உரிய பயிற்சியளித்து அவர்களை வளரச் செய்த பிறகு அவர்களை சுதந்திரமாகச் செயல்பட அனுமதிக்கிறார்கள். தேவையான விளைபலன்களை அடைய அவர்கள் சுதந்திரமாக தங்கள் படைப்பாற்றல் திறனையும் புத்திசாலித்தனத்தையும் பயன்படுத்தலாம். சிறப்பாகப் பணி புரிவதற்கும் அற்புதமான தீர்வுகள் காண்பதற்கும் அவர்களுக்கு முழு சுதந்திரம் உண்டு. வெற்றி பெறுவது என்றால் என்ன என்பதை உணர்ந்து கொள்வதற்கு சுதந்திரம் உண்டு. அதேபோல் தோல்வியடையவும் சுதந்திரம் உண்டு, ஏனெனில் வெற்றியடைவதில் தவறுகளும் ஒரு பாகம்தான்.

தங்களுடைய தனித்திறன்களைப் பயன்படுத்தி முழுவதுமான துடிப்புடன் இருக்க அனுமதிக்கும் ஸ்தாபனத்தின் பாகமாக இருக்கவே மக்கள் விரும்புகிறார்கள். மக்கள் பணிகளில் ஈடுபாட்டுடன் இருக்கவும் மேலும் தங்கள் பங்களிப்பைப் பற்றிப் பெருமையாக உணரவும் விரும்புகிறார்கள். நம் மனதின் ஆழத்தில் நாம் ஒவ்வொருவரும் நாம் செய்யும் பணியும் வாழும் வாழ்க்கையும் ஒரு மாற்றத்தை உருவாக்குகிறது என்பதைத் தெரிந்து கொள்ள விரும்புகிறோம். உங்களைச் சுற்றியுள்ள மக்களுக்கு சுதந்திரம் அளித்து அவர்களுடைய இந்த ஏக்கத்தைத் தீர்த்துக் கொள்ள அனுமதிப்பீர்களா? ஏனெனில் நீங்கள் செய்யவில்லையானால் வேறு எவரோ இதை நிச்சயமாகச் செய்வார்கள்.

தங்களுடைய தனித்திறன்களைப்
பயன்படுத்தி முழுவதுமான துடிப்புடன்
இருக்க அனுமதிக்கும் ஸ்தாபனத்தின் பாகமாக
இருக்கவே மக்கள் விரும்புகிறார்கள்.

65

செவிமடுக்க ஒரு நாள்

பல வழிகளில் பார்க்கும்போது செவிமடுப்பது, சமூக அளவில் உள்ள ஒரு உலகத் தரம் வாய்ந்த பண்பு. அது போன்ற பண்புகளாலேயே உலகத் தரம் வாய்ந்த ஸ்தாபனங்கள் உருவாகுகின்றன. காது கொடுத்துக் கேட்பது மக்களைத் தனிச்சிறப்பு வாய்ந்தவர்களாக உணர வைக்கிறது. (திறன் படைத்தவர்கள் ஒரு ஸ்தாபனத்தை விட்டுச் செல்வதற்கு முக்கிய காரணம் அவர்கள் சிறப்பாக நடத்தப் பெறுகிறோம் என்று உணராததாலேயே) கவனத்துடன் கேட்பது உங்கள் மரியாதையைக் காட்டுகிறது. அதனால் நீங்கள் செய்யும் அனைத்திலும் மேம்பாடடைவதற்கான தகவல்களை உங்களால் சேகரிக்க முடிகிறது. நான் சொல்வது உங்களுக்குத் தெரியுமென்று நினைக்கிறேன். சிறப்பாகச் செயல் புரிபவர்கள் சிறப்பாகச் செவிமடுப்பவர்கள்.

இன்று, இன்று ஒரு நாள் மட்டும், செவிமடுத்துக் கேட்கத் தீர்மானியுங்கள். (சும்மா கேட்பதற்குப் பதிலாக) குறுக்கே பேசாதீர்கள். அடுத்த நபர் பேசிக் கொண்டிருக்கும்போது அவருக்குச் சொல்ல நினைக்கும் பதிலை ஒத்திகை பார்க்காதீர்கள். இன்னொரு நபர் உங்களிடம் பேசிக் கொண்டிருக்கும்போது உங்களுடைய ஈமெயிலையும் மொபைலில் வரும் சிறுசெய்திகளையும் பார்வையிட முயலாதீர்கள். செவி மடுத்துக் கேளுங்கள். ஆழ்ந்து. அந்த நபருக்காக உங்கள் முழு கவனத்தையும் தாருங்கள். ஏனெனில் நம் எல்லோருக்கும் குரல் இருக்கிறது. நாம் ஒவ்வொருவரும் நம் குரல்கள் மற்றவர்களால் மதிக்கப்பட வேண்டும் என எதிர்பார்க்கிறோம். நீங்கள் அதைச் செய்யும்போது மகத்தான விஷயங்கள் நடப்பதைக் காண்பீர்கள்

நம் எல்லோருக்கும் குரல் இருக்கிறது. நாம் ஒவ்வொருவரும் நம் குரல்கள் மற்றவர்களால் மதிக்கப்பட வேண்டும் என எதிர்பார்க்கிறோம்.

66

அறிவு-நிறை நிறுவனங்கள் போட்டியிடுவது உணர்ச்சியெழுப்ப

சக்தி வாய்ந்த சிந்தனை: முக்கியமான போட்டி பணப்பையைப் பங்கு போட்டுக் கொள்வதற்காக அல்ல (என்னுடைய வாடிக்கையாளர்களுடைய கூட்டங்களில் நான் கேள்விப்படுவது போல) இல்லை. அது உங்கள் வாடிக்கையாளர்களின் இதயங்களில் இடம் பிடிப்பதற்காக. இன்றைய வர்த்தக உலகத்தில் ஸ்மார்ட்டான (அறிவு மிகுந்த) நிறுவனங்கள் அவர்கள் சேவை செய்யும் மக்களின் உணர்ச்சிகளுக்காகப் போட்டி போடுகிறார்கள்.

மக்கள் தங்கள் உணர்ச்சிகளைப் பொறுத்து பொருள்களை வாங்குகிறார்கள். நான் கொலம்பியா காபி குடிக்கிறேன். ஏன்? ஏனெனில் அது மிகவும் சுவையாக இருக்கிறது; மேலும் என்னை சந்தோஷப்படுத்துகிறது. நான் சமூகச் சிந்தனையுள்ள நிறுவனங்களிலிருந்து என் பொருள்களை வாங்க முயல்கிறேன். ஏன்? ஏனெனில் அப்படிச் செய்வது எனக்கு ஒரு நல்ல உணர்வைத் தருகிறது. என்னுடைய பழைய, கிழிந்த லெவை (ஜீன்ஸ்) களை நான் நேசிக்கிறேன். ஏன்? ஏனெனில் அவைகள் எனக்கு ஒரு அமைதியான, மண்ணோடு ஒட்டிய உணர்வைத் தருகின்றன. இவைகளெல்லாம் உணர்ச்சிகளின் ஈர்ப்பு.

எனக்கு நியூயார்க்கில் மெர்ஸெர் ஹோட்டலிலும், மியாமியில் ஹோட்டல் விக்டரிலும், ஃப்ளாரென்ஸில் சவாயிலும், சிங்கப்பூரில் ரிட்ஸ்-கார்ல்டனிலும், கோவாவில் லீலா பாலஸ் ஹோட்டலிலும் தங்குவது பிடிக்கும். ஏன்? அவைகள் எனக்கு வாவ் உணர்வைத் தருகின்றன. என்னை தனிச்சிறப்பு வாய்ந்தவனாக உணர வைக்கின்றன. (மறுபடியும் அந்த உணர்ச்சி விஷயம் தான்)

உங்களுடைய வாடிக்கையாளர்களின் புத்தியோடு தொடர்பு கொண்டால் உங்கள் பொருள் அல்லது சேவை ஒரு பொருளாகக் காட்சி தரும். ஒரு போட்டியாளர் இதைவிடக் குறைந்த விலையில் பொருள்களைக் கொடுக்கும்போது அவர்கள் உங்களிடமிருந்து விலகி விடுவார்கள். ஆனால் அவர்கள் இதயத்தோடு தொடர்பு கொண்டால் அவர்களை வாழ்நாள் முழுவதும் தக்க வைத்துக் கொள்ளலாம்.

சிறந்த வியாபாரங்கள் அவர்களை விரும்பும் வாடிக்கையாளர்களை வைத்துக் கொள்வதில்லை. அவர்களை இதய பூர்வமாக நேசிக்கும் வாடிக்கையாளர்களை வைத்துள்ளார்கள். அது தான் அவர்களை நீண்ட நாட்களுக்குத் தக்க வைத்துக் கொள்கிறது.

முக்கியமான போட்டி பணப்பையைப்
பங்கு போட்டுக் கொள்வதற்காக அல்ல.
இல்லை. அது உங்கள் வாடிக்கையாளர்களின்
இதயங்களில் இடம் பிடிப்பதற்காக.

67

உங்களுக்குத் தெரியுமென்பது உங்களுக்குத் தெரியும்

சிரியஸ் சாடிலைட் ரேடியோவிற்காக நான் நேற்று ஒரு நிகழ்ச்சி கொடுத்தேன். தொகுப்பாளர் ஜெஸ்ஸி டைலன் என்னிடம் ஒரு சிந்திக்க வைக்கும் கேள்வியொன்று கேட்டார். ராபின், நம் எல்லோருக்கும் இலக்குகளும் அபிலாஷைகளும் இருக்கின்றன. ஆனால் சில நேரங்களில் நாம் திட்டமிட்டபடி விஷயங்கள் நடப்பதில்லை. எப்பொழுது விட்டு விடுவதென்று உங்களுக்கு எப்படித் தெரியும்? என்னுடைய பதில் நேரடியாக இருந்தது: உங்களுக்குத் தெரியும்போது உங்களுக்குத் தெரியும்

எவருமே தங்கள் பணியிலோ அல்லது சொந்த வாழ்க்கையிலோ விட்டுவிடாமல், தங்களை விடாப்பிடியாக அர்ப்பணித்துக் கொள்ளாமல் உலகத் தரம் பெறுவதில்லை. எல்லா தீரச் செயல்களும் தோல்வியை ஏற்றுக் கொள்ள மறுத்த மனிதர்களாலேயே சாதிக்கப்பட்டன; விஷயங்கள் எவ்வளவு மோசமாக இருந்தாலும் அல்லது சாத்தியமில்லாமல் இருந்தாலும் நடைமுறையில் நிகழக் கூடியன அல்ல என்று தோன்றினாலும் அவர்கள் அதை விடாமல் தொடர்கிறார்கள். ஆனால் இதைச் சொன்ன பிறகு, வாழ்க்கை சில நேரங்களில் நமக்கு கோணலான பந்துகளை அனுப்புகிறது. அது நமக்கு வேறு திட்டங்கள் வைத்துள்ளது. (கர்ப்பப் பை புற்று நோயால் 42 வயதில் இறந்து போன நகைச் சுவை நடிகர் கில்டா ராட்னர் இதை மிக நன்றாகக் கூறியிருக்கிறார்: சில கவிதைகளுக்கு சந்தம் சரியாக இருப்பதில்லை என்றும் மற்றும் சில கதைகளுக்குத் தெளிவான ஆரம்பங்களும், நடுவும், முடிவும் இருப்பதில்லை என்றும் நான் மிகவும் கடினமான முறையில் கற்றுக் கொண்டேன். வாழ்க்கை என்பது நமக்குத் தெரியாத ஒன்று; மாற்றங்கள் தேவையாயிருக்கும்போது அடுத்து என்ன நடக்கும் என்பது

தெரியாமலே அந்தந்தத் தருணங்களில் என்ன செய்ய முடியுமோ அதைச் செய்வது சுவையுள்ள தெளிவின்மை)

நாம் சில விஷயங்கள் நடக்கவேண்டுமென்று ஏங்குகிறோம். சிலவற்றைச் செய்து முடிக்க கனவுகள் காண்கிறோம். ஆனால் சில நேரங்களில் நாம் என்னதான் முயன்றாலும் மேகங்கள் விலகுவதில்லை. நம் தடைகள் நீங்குவதில்லை. அதிர்ஷ்ட தேவதை புன்னகைப்பதில்லை.

வெறும் நம்பிக்கையை மட்டும் வைத்துக் கொண்டு இருட்டில் தடுமாறிப் போய்க் கொண்டிருக்கிறோம். அது மிகவும் சரியே. உங்கள் மனதின் ஆழத்தில் தீ நன்றாக ஒளி விட்டுக்கொண்டிருக்கும்போது, உங்களுக்குள் ஒவ்வொரு இழையும் அதைத் தொடரச் சொல்லும்போது. (தன்னம்பிக்கை மகத்துவத்தின் அடையாளமல்லவா?) ஆனால் சில நேரங்களில் ஒரு சந்தர்ப்பத்தில் உங்கள் யுக்தியை மாற்றிக் கொள்ள நேரம் வந்து விட்டது என்பது உங்களுக்குப் புரியும். அது நம்பிக்கையை இழப்பதல்ல. உங்களுக்குத் தெரிகிறது. அது வாழ்க்கையை நம்புவது. இதை விடச் சிறந்த விஷயங்கள் உங்களுக்காகக் காத்துக் கொண்டிருக்கின்றன என்று நம்புவது. அந்த நேரம் தான் உங்கள் பாதையை மாற்றிக் கொள்ளும் தருணம்.

கடந்த சில வருடங்களாக நான் முந்தைய ஒரு அத்தியாயத்தில் உங்களிடம் பகிர்ந்து கொண்ட தத்துவத்தின் படி வாழ முயன்று கொண்டிருக்கிறேன்: உங்களுடைய சிறந்ததைச் செய்யுங்கள், மற்றதை வாழ்க்கைக்கு விட்டு விடுங்கள். நீங்கள் விரும்பியதை விட்டு விடுவதென்னவோ அவ்வளவு சுலபமானதல்ல. (அது எவ்வளவு துன்பம் தரக் கூடியது என்று எனக்குத் தெரியும்) ஆனால் அதைவிடச் சிறந்த விஷயங்கள் உங்களுக்காக அடுத்த திருப்பத்தில் காத்திருக்கும்போது நீங்கள் ஏன் அதைச் செய்யக் கூடாது?

உங்களுடைய சிறந்ததைச் செய்யுங்கள்,
மற்றதை வாழ்க்கைக்கு விட்டு விடுங்கள்.

68

ஒரு தீரனாகுக

அண்மையில் கால்பியோடு விமானத்தில் பயணம் செய்யும்போது அவன் ஹார்டி பாய்ஸ் புத்தகமொன்றைப் படித்துக் கொண்டிருக்குந்தான்; நான் செய்திப் பத்திரிகைகளைப் புரட்டிக் கொண்டிருந்தேன். ட்ரிஸ்டான் உன்ஸ்வர்த் என்ற 11 வயது சிறுவனைப் பற்றிய கட்டுரையொன்றைப் பார்த்தேன். அவன் இப்பொழுது கனடாவிலுள்ள அவனுடைய சொந்த ஊரான ஒரு சிறிய நகரத்தின் ஹீரோ. ஒரு நாள் அவனுடைய பனிச் சறுக்குப் பலகை நண்பன் வகுப்பில் அவனருகில் அமர்ந்து கொண்டு ஒரு மிட்டாயை உறிஞ்சிக் கொண்டிருந்தான். யாரோ ஒருவர் வேடிக்கையாக ஏதோ சொல்ல, குழந்தைகள் சிரிக்க, அவன் உறிஞ்சிக் கொண்டிருந்த மிட்டாய் அவன் மூச்சுக் குழலுக்குள் சென்று விட்டது. மிகவும் அதிர்ச்சியடைந்ததால் வகுப்பிலிருந்த ஒருவருக்கும் ஏதும் செய்யத் தோன்றவில்லை. அந்தச் சிறுவனுக்கு மூச்சுத் திணறத் தொடங்கியது. அவன் முகம் ஊதா நிறமாகி விட்டது. ஆனால் ட்ரிஸ்டானின் பாட்டி அவனுக்கு ஹெய்ம்லிச் உத்தியைக் கற்றுக் கொடுத்திருந்தாள் (அடிவயிற்றை அமுக்கி மூச்சுத் திணறலை சரி செய்யும் உத்தி டாக்டர் ஹெய்ம்லிச்சால் 1974 ல் கண்டுபிடிக்கப்பட்டது) அவன் உடனே செயல்படத் தொடங்கி தன் நண்பனின் உயிரைக் காப்பாற்றினான். அபாரம்.

நான் என் வாழ்க்கையில் சந்தித்தவர்களிலேயே மிகவும் பணிவுள்ள சிறுவன் அவன் என்று பள்ளியின் முதல்வர் நேற்று கூறினார். மிக அற்புதமான சிறுவன். உங்களுக்கு ஒரு சக்தி வாய்ந்த நினைவூட்டு. நம் ஒவ்வொருவரிடமும் மகத்துவம் வாழ்ந்து கொண்டிருக்கிறது. அது உண்மை: நீங்கள் மாஸ்கோவில் உள்ள ஒரு முனைவராகவோ அல்லது டெல் அவிவ்வில் உள்ள ஆசிரியராகவோ அல்லது பொகோடோவில் வாழும்

மாணவனாகவோ அல்லது மணிலாவில் ஒரு மேலாளராகவோ எதுவாக இருந்தாலும். நாம் அதை மறக்க வேண்டாம். நம்முடைய திறன்களை மறைத்து வைக்க வேண்டாம். அதை வெகு ஆழமாகப் புதைத்து நாம் உண்மையில் யாரென்ற சாரத்தை புறக்கணிக்க வேண்டாம். ட்ரிஸ்டானைப் போலவே நாமும் ஆகலாம். பிரசித்தமாக இருக்கலாம்.

நம் ஒவ்வொருவரிடமும் மகத்துவம் வாழ்ந்து கொண்டிருக்கிறது. அது உண்மை: நீங்கள் மாஸ்கோவில் உள்ள ஒரு முனைவராகவோ அல்லது டெல் அவிவ்வில் உள்ள ஆசிரியராகவோ அல்லது பொகோடோவில் வாழும் மாணவனாகவோ அல்லது மணிலாவில் ஒரு மேலாளராகவோ எதுவாக இருந்தாலும்.

69

திட்டமிடுவது எதற்காக ?

சொந்த வாழ்க்கைக்குத் திட்டமிடுதலும் இலக்குகள் நிர்ணயித்துக் கொள்வதும் உணர்ச்சிகரமான தலைப்புகள் அல்ல. ஆனால் அவைகள் நம்பமுடியாத அளவிற்கு முக்கியமானவைகள்; வாழ்க்கையின் மிகச்சிறந்த அனுபவங்களின் அஸ்திவாரங்கள். நான் பயிற்சியளிக்கும் வாடிக்கையாளர்களிடம் நான் அதைக் காலம் காலமாகப் பார்த்துக் கொண்டிருக்கிறேன். அவர்களுடைய வாழ்க்கையின் முக்கியமான பகுதிகள் எப்படியிருக்கும் என்ற ஒரு தெளிவான மற்றும் மிகவும் விரிவான தொலை நோக்கை நிர்ணயிக்கவும், பிறகு அந்தத் தொலை நோக்கு அடையமுடியாத ஒரு இலக்காகத் தோன்றாத வகையில் அதை வரிசைக் கிரமப்படி நிறைவேற்றப்படவேண்டிய இலக்குகளாகப் பகுத்துக் கொண்டு அதை அடைவதற்கான திட்டங்களைத் தீட்டவும், அந்தப் பெரிய சித்திரம் நாம் நிர்வகிக்கக் கூடிய அன்றாடம் செய்ய வேண்டிய செயல்களாக உருவாக்கப்படுவதற்கும் மிக அதிகமாக நேரம் எடுத்துக் கொள்ளப்படுகிறது.

திட்டம் தீட்டுவதின் பயன்களில் மிகச் சிறந்த ஒன்று என் மனதில் அதன் தாக்கம் என்பதை நான் தனிப்பட்ட முறையில் கண்டு கொண்டிருக்கிறேன். அதை இப்படிச் சொல்ல விரும்புகிறேன்: திட்டங்களை காகிதத்தில் வரைந்து அதை வரிசையான இலக்குககளாகப் பிரிப்பதைப் போல வேறு எந்த விஷயமும் மனதின் கவனத்தைக் குவிக்காது. அதில் ஈடுபடும் செயலே எது மிக முக்கியமென்று உங்களுடைய விழிப்புணர்வை அதிகப்படுத்துகிறது. விழிப்புணர்வு சிறப்பாகும்போது உங்கள் தேர்வுகளும் சிறப்பாக இருக்கும். உங்கள் தேர்வுகள் நன்றாக இருக்கும்போது நிச்சயமாக அதன் விளைபலன்கள் மேலும் நன்றாக இருக்கும்.

ஆகையால் உங்களுக்கு பரிசொன்று கொடுத்துக் கொள்ளுங்கள். ஒரு நல்ல மிருதுவான வெள்ளைத் தாளை எடுத்துக் கொள்ளுங்கள். ஒரு பென்ஸிலைக் கூர் செய்து கொள்ளுங்கள். பிறகு நீங்கள் விரும்பும் பணியையும் வீட்டையும் எப்படி உருவாக்குவதென்று எழுதத் துவங்குங்கள். நீங்கள் நினைப்பதை விட அது சுலபமாக இருக்கும். அதனுடைய பலன்கள் உங்களைப் பிரமிக்கச் செய்யும்.

உங்களுக்கு பரிசொன்று கொடுத்துக் கொள்ளுங்கள். ஒரு நல்ல மிருதுவான வெள்ளைத் தாளை எடுத்துக் கொள்ளுங்கள். ஒரு பென்ஸிலைக் கூர் செய்து கொள்ளுங்கள். பிறகு நீங்கள் விரும்பும் பணியையும் வீட்டையும் எப்படி உருவாக்குவதென்று எழுதத் துவங்குங்கள்.

70

கேளுங்கள், கொடுக்கப்படும்

நீங்கள் முயன்று கூடப் பார்க்காவிட்டால் உங்களுக்கு தெரியாமலே போய்விடும். உங்களுக்குத் தேவையானதைக் கேட்பதில் ஒரு அபார சக்தி இருக்கிறது. மிக அடிக்கடி நம் உள் மனதின் உரையாடல்கள் நம்மை நம்முடைய தனிப்பட்ட மகத்துவத்தை அடைவதற்குத் தேவையான செயல்களை எடுக்காதபடித் தடுக்கிறது. நம்முடைய உள் மனதின் கற்பனைகள் நம்மைக் குறுகியவர்களாகவே வைத்துக் கொள்கின்றன. அவற்றில் பெரும்பான்மையானவைகள் உண்மையானவை அல்ல.

சிறந்தவர்களில் சிறந்தவர்கள், எவர்கள் புகழ் தகு வாழ்க்கை வாழ்கிறார்களோ அவர்கள், மிகவும் தீவிரமாகக் கேட்கிறார்கள். அது பிரகாசிப்பதற்காக மெருகேற்றப்பட வேண்டிய ஒரு பழக்கம் என்று அவர்களுக்குத் தெரியும். நீங்கள் எவ்வளவு அதிகமாக அதைச் செய்கிறீர்களோ அது அவ்வளவு சுலபமாகி விடுகிறது. (எல்லாத் திறைமைகள் போல) ஆகையினால் அவர்கள் கேட்கிறார்கள். பணியில் அவர்களுக்குத் தேவையான உதவியையும் ஆதரவையும் பெற. வீட்டில் அவர்கள் தேடும் புரிதலைப் பெறுவதற்கு. அவர்களுடைய வியாபாரத்தில் அவர்களுக்குத் தேவையான வெற்றிகளைப் பெறுவதற்கு. அவர்களுக்குப் பிடித்தமான உணவு விடுதியில் நல்ல மேஜையைப் பெறுவதற்கு. முழுவதும் விற்று விட்ட சங்கீத நிகழ்ச்சியில் நல்ல இடம் பெறுவதற்கு. அவர்கள் அதிகமாகக் கேட்பதால் அவர்கள் அதிகமாகப் பெறுகிறார்கள். (வெற்றி எப்பொழுதுமே ஒரு எண்ணிக்கை விளையாட்டாகவே இருந்திருக்கிறது)

நீங்கள் கேட்காதவரை ஒன்றும் நடப்பதில்லை. மக்களால் உங்கள் மனதிலிருப்பதைப் படிக்க முடியாது. உங்களுக்கு எது தேவை

என்று அவர்களுக்குத் தெரிய வேண்டும். நீங்கள் இனிமையுடன் கேட்டால் அவர்கள் சரி என்று சொல்லலாம்.

சிறந்தவர்களில் சிறந்தவர்கள், எவர்கள் புகழ்
தகு வாழ்க்கை வாழ்கிறார்களோ அவர்கள்,
வெறிபிடித்தவர்கள் போல் கேட்கிறார்கள்.

71

புதிய விஷயங்களைச் செய்யுங்கள்

மனித இனம் ஆதிக்கத்தை விரும்புகிறது - அது நமது இயல்பு. அது நாம் ஜீவித்திருப்பதற்கான ஒரு உத்தி. அந்த உத்தியின் சுவடுகளை நாம் குகைகளில் வாழ்ந்து கொண்டிருந்த காலம் முதல் காணலாம். நமக்கு நிச்சயத் தன்மை தேவைப்படுகிறது. அதில் ஏதேனும் குறைபாடுகள் இருந்தால் நாம் அசுகமாக உணர்கிறோம். ஆனால் தலைமை என்பது அசுகமாக இருப்பதில் நம் திறமையைத் தீட்டிக் கொள்வது. அது நம்மை அச்சுறுத்தும், மிரட்டும் விஷயங்களைக் கண்டு ஓடாமல் அவைகளை எதிர்கொள்ள ஓடுவது. மேலும் தலைமை புதிய விஷயங்களை முயன்று பார்ப்பது.

ஒவ்வொரு நாளும் ஒரே உணவை உண்பது சுலபமே. ஆனால் நீங்கள் புதிய உணவுகளை உண்ண முயன்று பார்க்கவில்லையானால் உங்களுக்கு மிகவும் பிடித்தமான உணவைக் கண்டு கொள்ளும் வாய்ப்பை இழந்து விடுவீர்கள். அதே மக்களிடம் உறவாடி அதே உரையாடல்கள் செய்து கொண்டிருப்பது சுலபம். ஆனால் உங்கள் சமூக வட்டத்தை நீங்கள் விரிவு படுத்திக் கொள்ளவில்லையானால் உங்களுடைய புதிய சிறந்த நண்பரைக் கண்டு கொள்ளும் வாய்ப்பை இழந்து விடுவீர்கள். ஒவ்வொரு நாளும் பணியில் அதே விஷயங்களைச் செய்து கொண்டிருப்பது- அதே சக்கரத்தில் சிக்கிச் சுழன்று கொண்டிருப்பது மிகவும் சுலபம். ஆனால் நீங்கள் எட்டிப் பிடிக்கவில்லையானால் நீங்கள் ஒரு சாதனையை இழந்து விடுவீர்கள். அந்த சாதனை உங்களுக்குத் தரும் நம்பிக்கையும் நிறையுணர்வும் ஒரு முற்றிலும் புதிய பணி உலகத்தின் ஆரம்பமாக இருக்கலாம்.

ஆகையால் புதிய விஷயங்களை மேற்கொண்டு ஒவ்வொரு தினத்தையும் மேலும் அதிகமான சாகசங்களையும்,

பேரார்வங்களையும், சக்தியையும் உங்கள் வாழ்க்கையில் நிரப்பும் மேடையாகப் பயன்படுத்த உங்களை அழைக்கிறேன். நீங்கள் சாதாரணமாக பாக் இசை கேட்பவரானால் போஸூ பஜௌவின் இசையைக் கேளுங்கள். நீங்கள் சாதாரணமாக மாமிசமும் உருளைக் கிழங்கும் சாப்பிடுபவராக இருந்தால் மலேசிய உணவைச் சுவைத்துப் பாருங்கள். ஃபார்ச்யூன் பத்திரிகைக்குப் பதிலாக ட்வெல் பத்திரிகையைப் படியுங்கள், அங்கே ஒரு பெரிய, சுவாரசியமான உலகம் இருக்கிறது. விரும்பினால் அதை நீங்கள் உங்களுடையதாக்கிக் கொள்ளலாம்.

நீங்கள் சாதாரணமாக பாக் இசை கேட்பவரானால் போஸூ பஜௌவின் இசையைக் கேளுங்கள். நீங்கள் சாதாரணமாக மாமிசமும் உருளைக் கிழங்கும் சாப்பிடுபவராக இருந்தால் மலேசிய உணவைச் சுவைத்துப் பாருங்கள். ஃபார்ச்யூன் பத்திரிகைக்குப் பதிலாக ட்வெல் பத்திரிகையைப் படியுங்கள்.

72

சுய வெற்றி

அழகான வார்த்தைகள்: உங்களை வெற்றி கொள்வது. அவைகளுக்குள் உள்ளுக்கம் தரும் அதிர்வுகள் இருக்கின்றன. அவைகள் நம்பிக்கை தருகின்றன. அவைகள் சவால் விடுகின்றன. அவைகள் தூண்டுகின்றன. அவைகள் உறுதிப் படுத்துகின்றன - நம்முடைய மிக உச்சமான சாத்தியக்கூறுகளை நமக்கு நினைவூட்டுகின்றன.

உயிர் என்னும் பரிசு நமக்கு கொடுக்கப்பட்டதன் பொருள் அற்புதமான பொறுப்புகள் ஏற்றுக் கொள்வதற்கே என்று கொள்ளலாம். நாம் ஒவ்வொருவரும் ஒவ்வொரு நாளும் வெளி உலகத்திற்குச் சென்று மிகச் சிறந்த வாழ்க்கை வாழ வேண்டும். ஆமாம், வாழ்க்கை எப்பொழுதுமே நியாயமானதாக இல்லாமலிருக்கலாம். கடினமான வாடிக்கையாளர்களையும், தாழ் நிலையில் பணி புரியும் பொருள் வழங்குவோரையும் கோபமான பயணிகளையும் நாம் சந்திக்க வேண்டியிருக்கும். கடினமான குழப்பம் நிறைந்த காலங்களை எதிர் கொள்ள வேண்டியிருக்கும். நாம் தனிமையை உணர்வோம், உயர்ந்த சிறந்த கொள்கைகளுக்காக நாம் நிற்பதை விட்டுவிட வேண்டும்போல் தோன்றும். அது வாழ்க்கையில் நடக்கும் விஷயம் தான். ஆனால் அதே சமயம் வாழ்க்கை பிரகாசிப்பதற்கான வாய்ப்புகளை தினமும் உங்கள் முன் வைக்கிறது. உங்கள் திறன்களை மெருகேற்றிக் கொள்ள. உங்கள் தளைகளைக் களைய. உங்களையே நீங்கள் வெற்றி கொள்ள.

உங்களுடைய வாழ்க்கையின் பாதையை மாற்ற இன்றே உறுதி எடுத்துக் கொள்ளுங்கள். உங்களை வெற்றி கொள்ள உங்களை அர்ப்பித்துக் கொள்ளுங்கள். உங்கள் எண்ணங்களைப் பற்றிச் சிந்தியுங்கள். உங்களுடைய உண்மையான கொள்கைகளைக் கண்டு பிடியுங்கள். எந்த உங்கள் நோக்கத்திற்காக

நீங்கள் நிற்கிறீர்கள்? (நீங்கள் யாரென்று உங்களுக்குத் தெரியவில்லையானால் உண்மையானவராக நீங்கள் எப்படி இருக்க முடியும்) உங்கள் அச்சங்களைத் தெரிந்து கொள்ளுங்கள். உங்களுடைய தனிப்பட்ட மேதைத் தனத்தைப் பற்றியும் மனித சாத்தியக்கூறுகள் பற்றியும் சிந்தித்துப் பாருங்கள். உங்களுடைய கடந்த காலத்து உணர்ச்சிச் சுமைகளை விட்டு விடக் கற்றுக் கொள்ளுங்கள்.

எதிர்மறையான விஷயங்களைப் பொறுத்துக் கொள்ள மறுத்து விடுங்கள். (கலீல் கிப்ரான் ஒரு முறை எழுதியிருக்கிறார்: சந்தேகம் என்பது மிகவும் தனிமையான ஒரு வலி. ஆனால் நம்பிக்கை அவனுடைய இரட்டை சகோதரன் என்று தெரிந்து கொள்ளுங்கள். நம் ஒவ்வொருவருக்கும் நமக்கு இப்போது தெரியாத இன்னும் பல தேர்வுகள் இருக்கின்றன. நாம் துணிந்தால் நமக்கு இது வரை இருக்கிறது என்று தெரியாத கதவுகளெல்லாம் திறக்க ஆரம்பிக்கும்). அதிகம் படியுங்கள். அதிகம் கற்றுக் கொள்ளுங்கள். ஆரோக்கியமாக இருங்கள். இல்லையில்லை. படு ஆரோக்கியமாக இருங்கள். (வருத்தப்பட வேண்டிய விஷயம் - ஆரோக்கியம் அதை இழந்தவர்களுக்கே முக்கியமாகத் தோன்றுகிறது) நீங்கள் பணியில் எந்த வேலை செய்தாலும் அதைச் சிறப்பாகச் செய்யுங்கள். உங்கள் ஸ்தாபனம் நீங்களில்லாமல் தொடர முடியாத அளவிற்கு உங்கள் பணியில் சிறப்பாக இருங்கள். உங்களுக்குத் தெரிந்த சிறந்த நண்பராக நீங்கள் ஆகுங்கள். உங்கள் புரிதலையும் இரக்க சுபாவத்தையும் அதிகப்படுத்திக் கொள்ளுங்கள். இனியவராக இருங்கள். நல்லவராக இருங்கள்.

வாழ்க்கை பிரகாசிப்பதற்கான வாய்ப்புகளை
தினமும் உங்கள் முன் வைக்கிறது. உங்கள்
திறன்களை மெருகேற்றிக் கொள்ள. உங்கள்
தளைகளைக் களைய. உங்களையே நீங்கள்
வெற்றி கொள்ள.

73

தனித்துவமாக இருங்கள்

என்னுடைய ப்ளாகை (இணையதளக் குறிப்புகளை) நீங்கள் அடிக்கடி படிப்பவராக இருந்தால் நான் ஐயான் ஷ்ராகெரின் ஹோட்டல்களின் விசிறி என்பது உங்களுக்குத் தெரிந்திருக்கும். கிட்டத் தட்ட பத்து வருடங்களுக்கு முன்னால், என்னுடைய புத்தகமான தி மாங்க் ஹூ சோல்ட் ஹிஸ் ஃபெர்ராரி யை அறிமுகப்படுத்துவதற்காக அமெரிக்காவில் பயணம் மேற்கொண்டபோது முதல் முதலாக அவர்களுடைய ஹோட்டலில் (தி பாரமௌன்ட், நியூயார்க்) தங்கினேன். தி கிரேட்னெஸ் கைடில் லண்டனிலுள்ள செயின்ட். மார்டின்ஸ் லேனைப் பற்றி எழுதியிருந்தேன். (இன்றும் இந்த கிரகத்தில் எனக்கு மிகவும் பிடித்த ஹோட்டல்களில் ஒன்று) ஷ்ராகெரின் ஹோட்டல்களை நான் ஏன் விரும்புகிறேன்? ஏனெனில் அவர்கள் முதலில் ஹோட்டல்களைத் திறந்தபோது மற்ற ஹோட்டல்களிலிருந்து முற்றிலும் மாறுபட்டவர்களாக இருந்ததுதான். (இப்பொழுது பெரும்பாலான போடிக் (கடைகள் நிறைந்த) ஹோட்டல்கள் அவர்கள் முதன் முதலில் பயன்படுத்திய அம்சங்களில் சிலவற்றைப் பயன்படுத்துகிறார்கள். அவர்கள் மறக்க முடியாத அளவிற்கு இனிமையாக இருக்கிறார்கள். ஒரு நவீன கலைக் கூடத்தின் ஒரு பகுதியில் அமைத்து, தூங்குவதற்கு ஒரு இடம் தரும் துணிவு அவர்களுக்கு இருக்கிறது. எல்லாச் சிறந்த வியாபாரங்களையும் போல அவர்கள் மற்றவர்களைப் பின்பற்றாமல் வேறுபட்டு நிற்கிறார்கள்.

இன்றைய காலையில் நான் என்னுடைய கொலம்பியாக் காபியைக் குடித்துக் கொண்டிருக்கும்போது ஹாரி பெக்வித் தின் வாட் கிளையன்ட்ஸ் லவ் என்ற அருமையான புத்தகத்தைப் படித்துக் கொண்டிருக்கிறேன். அது வியாபாரம் மற்றும் வாழ்க்கையை அலசுகிறது. புத்தகத்தில் ஷ்ராகெர், அவருக்கே

உரிய பாணியில், கூறியதை பெக்வித் எடுத்துரைக்கிறார். 25 நபர்களில் 24 நபர்கள் என் ஹோட்டலை வெறுத்தாலும் எனக்குக் கவலையில்லை, அந்த 25ம் நபர் அதை நேசித்தால் போதும். நம் எல்லோருக்கும் ஒரு மகத்தான சிந்தனை: எல்லா மக்களுக்கும் எல்லாமாக இருக்க முயலும் வியாபாரங்கள் முடிவில் ஒருவருக்கும் ஒன்றும் இல்லாததாக ஆகி விடுகின்றன. நீங்கள் எதற்காகவாவது நிற்பது அவசியம். உங்கள் ஆட்டத்தை தீவிரமாக ஆட வேண்டும். பேரார்வத்துடன். உணர்ச்சிபூர்வமாக. உலகத் தரம் பெற. இல்லையெனில் ஆடவே ஆடாதீர்கள்.

எல்லோருக்கும் ஒரு மகத்தான சிந்தனை: எல்லா மக்களுக்கும் எல்லாமாக இருக்க முயலும் வியாபாரங்கள் முடிவில் ஒருவருக்கும் ஒன்றும் இல்லாததாக ஆகி விடுகின்றன.

74

உங்கள் மேன்மையை ஒப்புக் கொள்ளுங்கள்

இன்று காலை அமெரிக்கச் சிறை ஒன்றில் இருப்பவரிடமிருந்து பென்ஸிலில் கிறுக்கப்பட்ட ஒரு கடிதத்தைப் படித்தேன். தி மாங்க் ஹூ சோல்ட் ஹிஸ் ஃபெர்ராரி என்ற என் புத்தகம் அவரை மாற்றியது எனக் கூறியிருக்கிறார். ஏனெனில் அந்தப் புத்தகம் அவர் தன்னுடைய ஆற்றல் வளங்களை உணர்ந்து கொண்டு மாற்றத்தை உருவாக்கப் பிறந்தவர் என்பதை அவருக்கு நினைவூட்டியதாம். அவர் தான் யாராக இருந்திருக்க வேண்டும் என்பதை மறந்து விட்டாராம். ஏனெனில் வாழ்க்கை அவரை மிகவும் காயப்படுத்தி விட்டது. மிகவும்.

நான் இதை எப்பொழுதும் கேள்விப்படுகிறேன். மக்கள் அவர்கள் பெரிய விஷயங்களைச் சாதிக்கப் பிறந்தவர்கள் என்று நினைவூட்டப்படுவதை பாராட்டுகிறார்கள். அதாவது இந்த கிரகத்தில் கூடுதல் (திறனுள்ள) மக்கள் என்று எவருமில்லை. எல்லா உயிர்களுக்கும் ஒரு நோக்கம் இருக்கிறது. குழந்தைகளாக இருக்கும்போது இந்த உண்மைகள் நமக்குத் தெரிந்திருந்தது. ஆகையால் நாம் கனவுகள் கண்டோம். நாம் சாதித்தோம். நாம் பயமின்றி செயல்பட்டோம். வாழ்க்கையை ஆர்வத்துடன் வாழ்ந்தோம். சாத்தியக்கூறுகளில் நின்றோம். ஆனால் நாம் வளர்ந்து பெரியவர்களான பிறகு உலகத்தில் மேலும் செல்லும்போது, நம்முடைய உண்மையான இயல்புகளிலிருந்து விலகி அந்த ஞானத்தை இழந்து விட்டோம்.

ஒருகால் சுயமுன்னேற்றம் என்பது நேரத்தை வீணடிக்கும் ஒரு விஷயமோ என்று தோன்றுகிறது. சுயமாக நினைவுபடுத்திக் கொள்வதில் தான் (நீங்கள் ஒரு காலத்தில் அறிந்திருந்த புத்திசாலித்தனம் / படைப்பாற்றல் / நம்பிக்கை / மகத்துவம் ஆகியவைகளுடன் திரும்பவும் தொடர்பு கொள்ளுதலில் தான்) நம் செயல்கள் இருக்க வேண்டுமெனத் தோன்றுகிறது.

என்னுடைய தி கிரேட்னெஸ் கைடு புத்தகத்தைப் படித்த பலரிடமிருந்து வந்த கடிதங்கள் பல இதைக் கூறுகின்றன. அதாவது வாழ்க்கை நம்மை விஷயங்களை மறக்கச் செய்து விடுகிறது. நாம் வழக்கமாகச் செய்யும் விஷயங்களில் மாட்டிக் கொண்டு விடுகிறோம். விஷயங்களை முக்கியமாக எடுத்துக் கொள்வதில்லை. தெரியாத விஷயங்களை எதிர்கொள்வதை நிறுத்தி விடுகிறோம். உச்சத்திற்குச் செல்ல முயற்சிப்பதை நிறுத்தி விடுகிறோம். உண்மை பேசுவதை நிறுத்தி விடுகிறோம்.நமக்கு இறைவனால அளிக்கப்பட்ட திறன்களை முழுவதுமாகப் பயன்படுத்துவதில்லை. ஆனால் நாம் சராசரியாக இருப்பதை விட சிறப்பாக இருப்பதற்குத் தகுதி பெற்றவர்கள். சாதாரண மக்கள் அசாதாரணமான செயல்களைச் செய்ய முடியும். அவர்கள் யாரென்று அவர்கள் நினைவுபடுத்திக் கொண்டால். அவர்களுடைய சிறந்த வாழ்க்கையை வாழ்ந்தால்.

மக்கள் அவர்கள் பெரிய விஷயங்களைச்
சாதிக்கப் பிறந்தவர்கள் என்று
நினைவூட்டப்படுவதை பாராட்டுகிறார்கள்.
அதாவது இந்த கிரகத்தில் கூடுதல்
(திறனுள்ள) மக்கள் என்று எவருமில்லை.
எல்லா உயிர்களுக்கும் ஒரு நோக்கம்
இருக்கிறது.

75

கோல்ட்ப்ளே போல இருங்கள்

நான் சற்று முன்பு கோல்ட்ப்ளேயை (ஒரு ராக் இசைக் குழு) டொரொன்டோவில் பார்த்தேன். இரண்டு மணி நேரம் அவர்கள் அரங்கத்தை அதிரச் செய்தார்கள். 20000 ரசிகர்கள் அவர்களுடைய பாராட்டை எழுந்து நின்று தெரிவித்தார்கள். என் நேரம் அற்புதமாகக் கழிந்தது. கோல்ட்ப்ளே தான் அடுத்த யூ2 (யூ2 வும் ஒரு ராக் இசைக் குழு தான்) என்று விஷயம் தெரிந்தவர்கள் ஏன் கூறுகிறார்கள் என்பதைப் புரிந்து கொண்டேன். இந்த இசைக் குழு செயல்படுவதைப் பார்த்து எனக்கும் ஒரு கொத்து தலைமை ஆலோசனைகள் கிடைத்தன. உங்களுடைய அடுத்த மட்டத்தை அடைவதற்கு இவற்றைப் பயன்படுத்துவீர்கள் என்று நம்புகிறேன்.

அந்த நான்கு பெரிய ஆலோசனைகள்: முதலில், அவர்கள் ஏன் அங்கு வந்திருக்கிறார்கள் என்பதை ஆரம்பத்திலிருந்து கடைசி வரை புரிந்து வைத்திருந்தார்கள். அதாவது அவர்களுடைய ரசிகர்களுக்கு ஒரு அபூர்வமான அனுபவத்தைக் கொடுப்பதே அவர்களுடைய தலையாய நோக்கம். ஒளி அமைப்புகள் பிரமாதமாக இருந்தன; காட்சி அமைப்புகள் உலகத்தரம் வாய்ந்தவைகளாக இருந்தன; மேடை அமைப்பு அப்பழுக்கில்லாமல் இருந்தது. இரண்டு, அவர்கள் ரசிகர்களை ஈடுபடுத்தி அவர்களை அந்த நிகழச்சியில் பங்கேற்க வைத்தார்கள். எங்களைப் பாடவும், நடனமாடவும், சிரிக்கவும் வைத்தார்கள். மூன்றாவது எங்களிடம் தங்கள் அன்பைக் காட்டினார்கள். (எவ்வளவு வியாபாரங்கள் உண்மையில் தங்கள் அன்பைக் காட்டி, அவர்களிடம் வியாபாரம் செய்யும்பொது உங்களைத் தனிச்சிறப்பு வாய்ந்தவர்களாக உணர வைக்கிறார்கள்? கோல்ட்ப்ளே அதைச் செய்தார்கள்.) அவர்களை அவ்வளவு வெற்றி பெற்றவர்களாக ஒரு ராக் இசைக்குழுவின்

பெயர் ஆக்கியதற்கு தங்கள் நன்றியைத் தெரிவித்தார்கள்; அவர்களுடைய இதயபூர்வமான நன்றி கண்கூடாகத் தெரிந்தது மேலும் அவர்கள் மிகவும் பணிவுள்ளவர்கள் போலத் தோன்றியது. (மக்கள் பணிவால் ஈர்க்கப்படுகிறார்கள்) நான்காவதாக, அவர்கள் என்ன செய்தார்களோ அதில் உண்மையிலேயே சிறந்தவர்களாக இருந்தார்கள். அற்புதமான பாட்டுகள் சிறப்பாகத் தரப்பட்டன.

ஆமாம், கோல்ட்ப்ளே அளவிற்கு அதிகமாகவே கொடுத்தார்கள். என்ன நடந்தது என்று எண்ணுகிறீர்கள்? நான் அவர்களுடைய உண்மையான விசிறியாகி விட்டேன். உங்களுக்கு சவால் விடுகிறேன். உங்களுடைய வியாபாரத்தின் கோல்ட்ப்ளேயாக இருங்கள். விசிறிகளை உருவாக்குங்கள். அவர்களை மகிழ்வியுங்கள். அவர்கள் உங்களிடம் திரும்ப வருவதற்கு என்ன செய்ய வேண்டுமோ அதைச் செய்யுங்கள்.

விசிறிகளை உருவாக்குங்கள். அவர்களை மகிழ்வியுங்கள். அவர்கள் உங்களிடம் திரும்ப வருவதற்கு என்ன செய்ய வேண்டுமோ அதைச் செய்யுங்கள்.

76

அதிகமாகத் தூங்குவதை நிறுத்துங்கள்

இந்த விஷயம் அவ்வளவாக விரும்பப்படாதது என்று எனக்குத் தெரியும். ஆனால் நான் உங்களிடம் ஒரு உண்மையைச் சொல்லியாக வேண்டும். பெரும்பான்மையான மக்கள் அவர்களுக்குத் தேவையானதை விட அதிகமாகத் தூங்குகிறார்கள். தங்களுடைய வாழ்க்கையின் சிறந்த நேரங்களில் சிலவற்றை அவர்கள் படுக்கையில் கழிக்கும் படுகுழியில் விழுகிறார்கள். அவர்களுடைய சில அசத்தும் திறன்களை வீணடிக்கிறார்கள். அவர்கள் படுக்கையுடன் நடத்தும் போரில் தோற்றுப் போகிறார்கள். அவர்களுடைய மகத்துவத்தை கடிகாரத்தின் அல்லது மொபைலின் சிறு தூக்கம் அனுமதிக்கும் ஸ்னூஸ் பொத்தானுக்கு விற்று விடுகிறார்கள்.

இதோ நீங்கள் சிந்தித்துப் பார்க்க வேண்டிய ஒரு உள் நோக்கு. தூக்கம் தூக்கத்தைத் உருவாக்குகிறது. நீங்கள் எவ்வளவு அதிகமாகத் தூங்குகிறீர்களோ அவ்வளவு அதிகமாக அது தேவைப்படுகிறது. நீங்கள் அதிகமாகத் தூங்கும்போது மேலும் அதிகமாகத் தூங்கி வழிவதைக் கவனித்திருக்கிறீர்களா? அதிசயமாக இருக்கிறது இல்லையா? ஆனால் அது உண்மை.

நிச்சயமாக நம்மை ஆரோக்கியமாகவும், சுறுசுறுப்பாகவும் சக்தியுடனும் வைத்திருக்க தூக்கம் தேவை தான். ஆனால் நான் சொல்வது அதிகமான தூக்கம். சிறந்த மக்களைச் சாதாரணமாக வைத்திருக்கும் தூக்கம். உயர்சாத்தியக் கூறுகளுள்ள வாழ்க்கையை கீழ் நிலையில் வைத்திருக்கும் தூக்கம். மேம்பாடடையக் கூடிய மக்களிடமிருந்து அவர்களின் உயிர் சக்தியை உறிஞ்சும் தூக்கம். (நீங்கள் யாரென்று உங்களுக்குத் தெரியும்) நம்மில் அனேகருக்கு இப்படி நடக்கிறது. ஏனெனில் நாம் ஒரு தலையணையை நேசிக்கிறோம்.

செய்ய வேண்டிய அதி முக்கியமான விஷயங்கள் நிறைய இருக்கும்போது, பார்க்க வேண்டிய சிறந்த இடங்கள் ஏராளமாக இருக்கும்போது, அடைய வேண்டிய பெரிய துணிச்சலான இலக்குகள் அளவுக்கதிகமாக இருக்கும்போது நாம் அதிகமாகத் தூங்குவதெப்படி? வாழ்க்கை வாழ்வதற்கே. நான் அதைத் திரும்பவும் சொல்ல வேண்டும்: வாழ்க்கை வாழ்வதற்கே. உங்களுக்கும் எனக்கும் இன்றைய தினம் ஒரு பரிசாகக் கொடுக்கப்பட்டுள்ளது. நம்முடைய திறன்களைப் பயன்படுத்தி, அவைகளைப் பயன்படுத்துகையில் ஒரு மகிழ்ச்சியான நேரத்தை அனுபவித்துக் கொண்டு, இந்த உலகில் விஷயங்களை மேம்பாடடையச் செய்ய ஒரு வாய்ப்பு. அந்தப் பரிசை நாம் (மதித்து) கெட்டியாகப் பற்றிக் கொள்ள வேண்டும். ஆகவே தூக்கத்தைக் குறைத்துக் கொள்ளுங்கள். பெஞ்சமின் ஃப்ராங்க்லின் சொன்னது போல நாம் இறந்த பிறகு நமக்குத் தூங்குவதற்கு ஏராளமான நேரம் இருக்கும். அந்த மனிதரை நான் எப்பொழுதும் நேசிக்கிறேன்.

ஆனால் நான் சொல்வது அதிகமான தூக்கம். சிறந்த மக்களைச் சாதாரணமாக வைத்திருக்கும் தூக்கம். உயர்-சாத்தியக்கூறுகளுள்ள வாழ்க்கையை கீழ் நிலையில் வைத்திருக்கும் தூக்கம்.

77

அச்சம் தவிர்

விடுமுறையில் குழந்தைகளுடன் இத்தாலியில் இருக்கிறேன். ஒரு புதிய புத்தகத்திற்கான பணிகளில் ஈடுபட்டிருக்கிறேன். எழுத்து நன்றாகப் போய்க் கொண்டிருக்கிறது. நான் சிறிது ஓய்வெடுத்துக் கொண்டு என்னைப் புதுப்பித்துக் கொண்டிருக்கிறேன். என்னுடைய வாழ்க்கையில் இதுவரை நான் இந்த அளவிற்கு பாஸ்டா தின்றதில்லை நான் இருக்கும் இடத்திற்குப் பக்கத்தில் இருக்கும் ட்ரட்டோரியா (இத்தாலிய உணவு விடுதி) விற்கு என்னால் நிறைய வியாபாரம். (ஒரு வேளை என்னுடைய அடுத்த புத்தகம் திட்ட உணவு பற்றியதாக இருக்கும்)

நேற்று மாலை நானும் குழந்தைகளும் ஒரு சிறிய படகை வாடகைக்கெடுத்துக் கொண்டு அமால்ஃபி கடற்கரைக்குச் சென்றோம். கரை ஓரமாகவே சென்று கொண்டு, வெகு தூரம் செல்லாமல் தங்குமிடத்திற்கு அருகிலேயே இருந்தோம். இது என்னை கிருஸ்தபர் கொலம்பஸைப் பற்றியும் புத்திசாலித்தனமாக அபாயங்களை எடுத்துக் கொள்வது பற்றியும் சிந்திக்க வைத்தது.

அவருக்கு முன்னால் இருந்த புதிய தேசங்களைத் தேடிச் செல்பவர்களெல்லாம் கடற்கரை கண்ணுக்குத் தெரியாமல் கடலில் செல்வது பற்றி அச்சப்பட்டுக் கொண்டிருந்தார்கள். அவர்கள் தெரிந்த விஷயங்களையே பற்றிக் கொண்டிருந்தார்கள். பாதுகாப்பைத் தேர்ந்தெடுத்தார்கள். அவர்கள் துணியவில்லை. கொலம்பஸ் வித்தியாசமாக ஒன்றைச் செய்தார். அவர் தைரியசாலி. நேராக கடலிற்குச் சென்றார். கடற்கரைக்குச் செங்குத்தாகச் சென்றார், ஒரு புதிய உலகத்தை கண்டு பிடித்தார். புகழடைந்தார்.

இருந்தாலும் என் குழந்தைகளுடன் நான் பாதுகாப்பாக இருக்க வேண்டும். நான் ஒரு விஷயத்தைத் தெரிவிக்க முயன்று

கொண்டிருக்கிறேன். ஒரு தலைவராகவோ அல்லது ஒரு மனிதனாகவோ மகத்துவம் பெறுவதற்காகச் சில சமயங்களில் பாதுகாப்பின் எல்லைகளைத் தாண்டிச் செல்ல வேண்டும். சில நேரங்களில் உங்களுக்குத் தெரிந்தவற்றிலிருந்து அப்பால் செல்ல வேண்டும். தெரியாதவைகளைத் தேடிப் பயணம் செய்ய வேண்டும். ஒரு புதிய வழியை முயன்று பார்க்க, ஒரு புதிய மாதிரி நடக்க.

உலகத்தில் மற்றவர்களெல்லாம் பாதுகாப்பிற்காகக் கரையைக் கவ்விக் கொண்டிருக்கையிலே செங்குத்தாகச் செல்ல வேண்டும். ஆமாம். மாற்றம் மற்றும் வளர்ச்சி எனும் நீலக் கடலில் செல்லும்போது அச்சத்தை உணர்வது மிகவும் தெரிந்த மனித இயல்பு தான். ஆனால் லார்ட் செஸ்டெர்ஃபீல்ட் சொன்னது போல், கடற்கரை கண்ணுக்குத் தெரியாமல் செல்லாமல் ஒருவனால் புதிய சமுத்திரங்களைக் கண்டு பிடிக்க முடியாது.

கடற்கரை கண்ணுக்குத் தெரியாமல்
செல்லாமல் ஒருவனால் புதிய
சமுத்திரங்களைக் கண்டு பிடிக்க முடியாது.

78

வாழ்க்கை வாழ்வதற்கே

நான் இந்த அத்தியாயத்தை எழுதும்போது ஒரு ஞாயிற்றுக் கிழமையின் அமைதியான காலைப் பொழுது. நான் ஒரு கப் ருசியான ஜாவா காபியை அனுபவித்துக் குடித்துக் கொண்டிருக்கும்போது கேஃப் டெல் மார் சங்கீதம் ஒலித்துக் கொண்டிருக்கிறது. என் குழந்தைகள் படித்துக் கொண்டிருக்கிறார்கள். நான் அவசரமில்லாமல் இயங்கிக் கொண்டிருக்கிறேன். மகிழ்ச்சியாக இருக்கிறேன்.

சற்று முன்பு நடந்த ஒரு விஷயம் என்னைச் சிரிக்க வைத்தது. அதை உங்களிடம் பகிர்ந்து கொள்ள விரும்புகிறேன். நானும் பியாங்காவும் விளையாடிக் கொண்டிருந்தோம். சரியாகச் சொன்னால் நடித்துக் கொண்டிருந்தோம், அவள் நானாகவும் நான் அவளாகவும். அவள் என்னுடைய அலுவலக அறையில் அமர்ந்து, நான் பேசுவதைப் போல நையாண்டி செய்து கொண்டு, என்னுடைய நாட்குறிப்பில் எழுதிக் கொண்டிருந்தாள். பதிலிற்கு நானும் நாய்கள், ராக் இசைக்குழுக்கள் மற்றும் பிரபல ஒலித் தட்டுகள் பற்றி இடைவிடாமல் பேசினேன். சில நிமிடங்கள் பொறுத்து அவள் இப்படிச் சொன்னாள் (உண்மையாகவே): நான் இனிமேல் உங்களைப் போல இருக்க விரும்பவில்லை. அப்பா, அது மிகவும் கடினமானது. நான் என்னைப் போலவே இருக்க விரும்புகிறேன். மிகவும் சரியாகச் சொன்னாள்.

வாழ்க்கையில் உங்களைப் போலவே நீங்கள் இருப்பதை விட (நீங்கள் யாராக இருக்கிறீர்களோ அதை முற்றிலும் விரும்பிக் கொண்டு) வேறெது முக்கியமாக இருக்க முடியும்? நம்மில் பலர் நிஜமாகவே வேறு ஏதோ ஒருவருடைய வாழ்க்கையை வாழ்ந்து கொண்டிருக்கிறோம். அதனால் மகிழ்ச்சியை நிராகரித்து விடுகிறோம். உங்கள் நிஜமான வாழ்க்கையை வாழ்வதினாலேயே நிறைவு ஏற்படுகிறது. நீங்கள் எது

சரியென்று நினைக்கிறீர்களோ அதைச் செய்வது, உங்களுடைய விழைவுகளையும் ஆர்வங்களையும் தொடர்வது. நீ உனக்கே உண்மையாக இரு என்கிறார் பிரிட்டனனின் ஞானி ஷேக்ஸ்பியர். கடைசி வரை சென்று விட்ட பிறகு உங்களுடைய உண்மையான உங்களை வெளியே கொண்டுவர முடியவில்லை என்று அறிந்து கொள்வதில் பொருள் இல்லை. ஒரு உண்மையான வாழ்க்கையிலிருந்தே மேம்பாடான வாழ்க்கை வளர்கிறது.

ஒரு உண்மையான வாழ்க்கையிலிருந்தே மேம்பாடான வாழ்க்கை வளர்கிறது.

79

கொடுங்கள், பெறுவதற்காக!

இன்று தெருவில் நடந்து போய்க் கொண்டிருக்கும்போது, தன்னைக் கடந்து போவோர் வருவோரிடம் ஒருவன் இந்த மந்திரத்தைத் திரும்பத் திரும்பச் சொல்லிக் கொண்டிருப்பதைக் கேட்டேன்: இன்று உங்களைத் தவிர வேறு ஒருவருக்கு ஏதாவது உதவியிருக்கிறீர்களா? அவன் பணம் சம்பாதிக்க முயன்று கொண்டிருந்தான். அவனுக்காக. ஆனால் அது என்னைக் கொடுப்பதைப் பற்றிச் சிந்திக்க வைத்தது. நீங்கள் பெற வேண்டுமானால் தர வேணடும். கொடுப்பது நிச்சயமாகப் பெறுவதை ஆரம்பித்து வைக்கிறது.

நீங்கள் ஆதரவு பெற வேண்டுமானால் அதைக் கொடுங்கள். நீங்கள் பாராட்டுகள் பெற வேண்டுமானால் அதைக் கொடுங்கள். உங்களுடைய சிறந்ததைப் பெற அதைக் கொடுங்கள். நீங்கள் மரியாதையை மேலும் அனுபவிக்க அதை மற்றவருக்குத் தாருங்கள். நீங்கள் அன்பைப் பெற அதை மற்றவர்களுக்கு இன்னும் அதிகமாகத் தாருங்கள். (ஒரு சக்திமிகு சிந்தனை: நீங்கள் ஒவ்வொரு நாளும் ஐந்து நபர்களை தங்களைப் பற்றிச் சிறப்பாக உணர வைத்தீர்களென்றால், ஒரு வருட முடிவில் நீங்கள் ஒற்றை ஆளாக 2000 நபர்களின் வாழ்க்கையை மேம்படுத்தியிருப்பீர்கள். இந்தப் பழக்கத்தைத் தொடர்ந்து கொண்டிருந்தீர்களானால் - பத்து வருடம் பொறுத்து - நீங்கள் 20000 நபர்களை மேம்படுத்தியிருப்பீர்கள். நீங்கள் அவர்கள் உணர்வைத் தொட்டு தாக்கம் ஏற்படுத்தும் நபர்களையும் சேர்த்துக் கொண்டீர்களானால், உங்களுடைய அன்றாட ஊக்குவிக்கும் செயல் வாழ்க்கை முழுவதுமாக லட்சக் கணக்கான மனிதர்களை ஊக்குவித்து மேம்படுத்தும் என்பது சுலபமாகப் புரியும்.)

கொடுங்கள், பெறுவதற்காக. இது எவ்வளவு எளிமையான விஷயம் என்பது உங்களுக்கு அதிசயமாக இருக்கும். (உண்மையான

சிந்தனைகள் எல்லாமே அப்படித்தான்) இவையெல்லாம் சேவை செய்யும் தலைமைச் பற்றி. மற்றவர்களை உலகத் தரம் எய்த உதவுங்கள். அவர்கள் நீங்கள் உங்கள் லட்சியங்களை அடைய சந்தோஷமாக உதவுவார்கள்.

நீங்கள் பெற வேண்டுமானால் தர வேண்டியது அவசியம். கொடுப்பது நிச்சயமாகப் பெறுவதை ஆரம்பித்து வைக்கிறது.

80

ஜே.கே. போல இருங்கள்

தொலை நோக்குடையவர்கள் இயல்பாகவே மற்றவர்கள் காணத் தவறியதைக் காண்கிறார்கள். (ஜெர்மானியத் தத்துவ ஞானி ஆர்தர் ஷோபென்ஹாயர் ஒரு முறை கூறியது என் நினைவிற்கு வருகிறது: திறன் வேறு எவரும் அடிக்க முடியாத இலக்கை அடிப்பது. ஒரு மேதையோ மற்ற எவரும் காண முடியாத இலக்கை அடிக்கிறார்') அது அவர்களுக்கு மட்டும் புரியும் ஒரு உள்ளார்ந்த நகைச்சுவை போல. அவர்கள் ஒரு கனவையோ, வாய்ப்பையோ / விழைவையோ மிகத் தெளிவாக தங்கள் மனக் கண்ணில் காண்கிறார்கள். அவர்களைச் சுற்றியுள்ள அனைவரும் இவர்கள் தங்கள் நேரத்தை வீணடிக்கிறார்கள் அல்லது இவர்கள் பயித்தியக்காரர்கள் அல்லது முட்டாள்கள் என்று நினைத்துக் கொண்டிருந்தாலும் இவர்களோ தங்கள் நாட்களை அவைகளுக்கு உயிரூட்டுவதற்காக செலவழிக்கிறார்கள். காந்தியையும், எடிஸனையும் டிஸ்னீயையும் எண்ணிப் பாருங்கள். ஜே கேயையும் எண்ணிப் பாருங்கள்.

ஜே.கே.ரௌலிங்க் (ஹாரி பாட்டர் புத்தகத்தின் நூலாசிரியர்) தன் ஜீவனத்திற்காகப் போராடிக் கொண்டிருந்த ஒரு தனிமையான தாய். ஒரு முறை ஒரு நான்கு மணி நேர ரயில் பயணத்தின்போது, எதற்கும் பொருத்தமில்லாத ஒரு இளம் மந்திராவாதியைப் பற்றிய ஒரு கதை அவளுடைய மனதில் உதித்தது. அப்பொழுது தன்னிடம் பேனா இல்லாமலிருந்தது தன் அதிர்ஷ்டமே என்று அவளுடைய இணைய தளத்தில், கூறுகிறாள்; ஏனெனில் பேனா இருந்திருந்தால் அவளுக்குத் தோன்றிய அற்புதமான எண்ணங்களை எழுதும்போது மனதின் ஓட்டம் தடைப் பட்டிருக்கும் என்கிறாள். கையெழுத்துப் பிரதி தயாரான பிறகு அவளுடைய முகவர் ஹாரி பாட்டரை (புத்தகத்தை) பிரசுரகர்த்தர்களுக்கு அனுப்பத் தொடங்கினார். பலர் அதை உடனேயே நிராகரித்து விட்டனர். ஒருவர் மட்டும்

நிராகரிக்கவில்லை. அது தான் தொலை நோக்குடையவர்கள் பற்றி நான் சொல்ல வந்த விஷயம். மற்றவர்கள் கண்களுக்குப் புலப்படாத வாய்ப்புகள் அவர்களுக்குத் தெரியும். நினைத்துப் பாருங்கள். ஹாரி பாட்டரை எப்படி நிராகரித்தார்கள்? அந்தப் புத்தகத்தை ஒருவரும் வாங்க மாட்டார்கள் என்ற முடிவிற்கு எப்படி வந்தார்கள்?

மனித சரித்திரத்திலேயே மிகவும் சிறப்பாக விற்ற புத்தகங்களில் ஒன்றான அதைப் பிரசுரிக்க ஏற்றுக் கொள்ளும் வாய்ப்பைத் ஏன் தவறவிட்டார்கள்.?

ஒரு தொலை நோக்குடையவராக உங்கள் வாழ்க்கையின் உயர் பகுதிகளில் காலடி எடுத்து வைப்பதென்பது, மக்கள் உங்கள் செயல்களைப் பற்றிக் கேள்விகள் கேட்பார்கள் என்பதைப் புரிந்து கொண்டு, அதைக் கையாளுவது. உங்கள் செயல்கள் அவர்களுக்கு புரியாது. அவர்கள் உங்களை முட்டாளென்றோ, கிறுக்கனென்றோ கருதலாம்.உங்களைப் பார்த்து சிரிக்கலாம். எல்லாம் நல்லதிற்குத் தான். அவர்களுடைய கருத்துகளுக்கு நன்றி கூறிவிட்டு, நீங்கள் செல்ல வேண்டிய இடத்திற்குச் செல்ல தேவையான செயல்களைத் தொடர்ந்து செய்து கொண்டிருங்கள். நீங்கள் அப்படிச் செய்வதனால் உலகம் மேலும் சிறந்த ஒரு இடமாக ஆகும். மாயா ஏஞ்செலௌ கூறியது போல், ஒருவருக்கு அதிர்ஷ்டம் இருந்தால் ஒரே ஒரு கற்பனை லட்சக் கணக்கான நிஜங்களை உருமாற்ற வல்லது.

அது தான் தொலை நோக்குடையவர்கள் பற்றி
நான் சொல்ல வந்த விஷயம். மற்றவர்கள்
கண்களுக்குப் புலப்படாத வாய்ப்புகள்
அவர்களுக்குத் தெரியும். நினைத்துப்
பாருங்கள். ஹாரி பாட்டரை எப்படி
நிராகரித்தார்கள்?

81

பொறுப்பெடுத்துக் கொள்வது எங்கே போயிற்று?

நான் சற்று முன்பு துபாயில் யங்க் ப்ரெஸிடென்ட்ஸ் ஆர்கனைசேஷன் என்ற ஸ்தாபனத்தில் தலைமை பற்றி ஒரு அளிக்கை கொடுத்துக் கொண்டிருந்தபோது ஒரு பெண்மணி என்னை அணுகிக் கூறினாள், ராபின், தி மாங்க் ஹூ சோல்ட் ஹிஸ் ஃபெர்ராரி யை நான் விரும்பி படித்தேன். ஆனால் நீங்கள் அதில் எல்லாமே சுலபம் போல் சொல்கிறீர்கள். என்னுடைய வாழ்க்கையை மேம்படுத்துவது மிகவும் கடினமாக அல்லவோ இருக்கிறது. ம்ம்ம். என்னைச் சிந்திக்க வைத்தது. அதை நான் முழுவதுமாக ஒப்புக் கொள்கிறேன்.

சுலபம் நம்மை மயக்கிக் கொண்டிருக்கும் உலகத்தில் நாம் வாழ்ந்து கொண்டிருக்கிறோம். நாம் மேன்மையாகத் தோற்றமளிக்கவும் அதிசயிக்கத் தக்கவாறு ஆரோக்கியத்துடனும் இருக்கவும் விரும்புகிறோம்: ஆனால் அதை அடைவதற்குத் தேவையான உடற்பயிற்சியைச் செய்ய விரும்புவதில்லை. நம்முடைய பணித்துறையில் வெற்றி பெற விரும்புகிறோம்; ஆனால் ஒழுக்கமாக இல்லாமல், கடினமாக உழைக்காமல் உலகத் தரத்தை அடைய ஏதாவது வழிகள் இருக்கின்றனவா என்று தேடிக் கொண்டிருக்கிறோம். (அனைத்துச் சிறந்த அதிகாரிகளும் ஆச்சரியப்படும் அளவிற்கு ஒழுக்கத்தைக் கைப்பிடிக்கிறார்கள்; ஒவ்வொரு சிறந்த ஸ்தாபனங்களும் அவ்வாறே) நாம் அச்சமற்ற, மகிழ்ச்சி நிறைந்த வாழ்க்கை வாழக் கனவு காண்கிறோம்; ஆனால் நம்மை நிச்சயமாக நம்முடைய லட்சியங்களுக்கு அருகே கொண்டு செல்லும் சிறந்த பழக்கங்களை (சீக்கிரம் எழுவது, கடினமான பணிகளை மேற்கொள்ளுவது, இலக்குகள் தீர்மானிப்பது, படிப்பது ஆகியவை) அனேகமாக அடிக்கடி தவிர்க்கிறோம். எதுவுமே இலவசமாகக் கிடைப்பதில்லை. நிச்சயமாக இவ்வுலகில் இலவச உணவை எவரும்

பெறுவதில்லை. வாழ்க்கையின் சிறந்த விஷயங்களை அடைவதற்கு தியாகமும் அர்ப்பணிப்பும் தேவைப்படுகிறது. நாம் ஒவ்வொருவரும் சொந்த வாழ்க்கையிலும் பணித் துறையிலும் நம்முடைய தனிப்பட்ட மேன்மையை அடைவதற்கு அதற்குரிய விலையைக் கொடுக்க வேண்டும். நாம் எவ்வளவு அதிகமாகக் கொடுக்கிறோமோ அவ்வளவு அதிகமாகப் பெறுவோம்.

செய்ய வேண்டிய செயல்களைச் செய்யாமல் ஒழுக்கமாக இருக்க வேண்டிய விஷயங்களில் ஒழுக்கமாக இல்லாமல் வீட்டிலும் பணியிலும் நம் வாழ்க்கை சிறந்ததாக இருக்க வேண்டுமென்று விரும்புவது செடிகள் ஏதும் நடாமல் ஒரு அதிசயமான தோட்டம் இருக்க வேண்டும் என்று விரும்புவது போலாகும். அல்லது தினமும் சாக்லேட்டுகள் அல்லது இனிப்பு உண்பதைத் தவிர்க்காமல் கம்பீரமான உடற்கட்டு இருக்க வேண்டுமென்று விரும்புவது போலாகும். அல்லது ஏதாவது மந்திர மாத்திரைகளை விழுங்கிவிட்டு வியாபாரத்தில் அபார வெற்றி கிடைக்கும் என்று நம்பிக் கொண்டிருப்பது போலாகும். பொறுப்பெடுத்துக் கொள்வது என்பது எங்கே போயிற்று? அர்ப்பணிப்பதும் எங்கே போயிற்று?

மேன்மையான வாழ்க்கை ஆகாயத்திலிருந்து குதிப்பதில்லை. தாஜ் மஹால் அல்லது சீனப் பெருஞ்சுவர் போல அவைகள் ஒவ்வொரு நாளாக, கல்லுக்கு மேல் கல்லாக வைக்கப்பட்டு கட்டப்படுகின்றன. மகத்தான வியாபாரங்கள் திடீரென்று தோன்றுவதில்லை. அவைகள் தொடர் முயற்சியாலும் விடாமல் செய்யும் மேம்பாடுகளாலும் உருவாக்கப்படுகின்றன. வாழ்க்கையின் சிறந்த விஷயங்கள் முயற்சி செய்யாமல் ஏற்படுகின்றன என்ற சிந்தனையில் நாம் வீழ வேண்டாம். உங்களுடைய சிறந்ததைத் தாருங்கள். சிறந்தவைகள் உங்களைத் தேடி வரும். உறுதியாக.

எதுவுமே இலவசமாகக் கிடைப்பதில்லை. நிச்சயமாக இவ்வுலகில் இலவச உணவை எவரும் பெறுவதில்லை. வாழ்க்கையின் சிறந்த விஷயங்களை அடைவதற்கு தியாகமும் அர்ப்பணிப்பும் தேவைப்படுகிறது.

82

உற்சாகம் உங்கள் கையில்

நமக்கு இருக்கும் தேர்வு செய்யும் சக்தியே நம்முடைய மனித இயல்புகளில் மிக முக்கியமானது. நாம் எப்படி வாழ்வது என்று தேர்ந்தெடுப்பது. நாம் என்ன செய்ய வேண்டும் என்று தேர்ந்தெடுப்பது. ஒரு குறிப்பிட்ட சூழ்நிலையை நாம் எப்படிப் பார்க்கிறோம் மற்றும் அதை எப்படி எடுத்துக் கொள்கிறோம் என்று தீர்மானிப்பது.

ஒரு சின்ன விடுமுறையில் என்னுடைய குழந்தைகளுடன் சறுக்கு விளையாட்டுக்காக மலைக்கு வந்திருக்கிறேன், நேற்று மழை பெய்தது. நாங்கள் முணுமுணுத்திருக்கலாம். நாங்கள் அங்கலாய்த்திருக்கலாம். நாங்கள் எரிச்சலைடைந்திருக்கலாம். மாறாக நாங்கள் சற்றுப் பின்வாங்கி எங்கள் தேர்வைச் சிறப்பாக்கத் தீர்மானித்து அவை எல்லாவற்றையும் ஒரு மகத்தான சாகச விளையாட்டாகப் பார்த்தோம். வருத்தப்படுவதற்குப் பதிலாக உற்சாகமைடைந்தோம். விடுதியில் கொடுக்கப்பட்ட ப்ளாஸ்டிக் சூட்டுகளை அணிந்து கொண்டு, நாளை என்று ஒன்று இல்லை போல் சறுக்கு விளையாட்டில் ஈடுபட்டோம். என்ன நினைக்கிறீர்கள்? சறுக்கு விளையாட்டு அற்புதமாக இருந்தது. மென்மையான வெண்பனி. கூட்டமே இல்லை. தடங்கலில்லாத ஓட்டம். என் முகத்திலுள்ள புன்னகை மறைய ஒரு வாரமாவது ஆகும். ஒவ்வொரு நாளும் நாம் தேர்வுகள் செய்ய வாய்ப்புகள் வருகின்றன. நாம் செய்யும் தேர்வுகளைப் பொறுத்து நம் விதி உருவாகுகிறது. ஆகையால் சோகத்தை விடுங்கள். உற்சாகமாக இருங்கள். நூலாசிரியர் பால் தீரோ ஒரு முறை கூறியது போல. ஒரு முட்டாள் மட்டுமே தன்னுடைய விடுமுறை மழையினால் நாசமாகியது என்று கூறுவான்.

ஒவ்வொரு நாளும் நாம் தேர்வுகள் செய்ய வாய்ப்புகள் வருகின்றன. நாம் செய்யும் தேர்வுகளைப் பொறுத்து நம் விதி உருவாகுகிறது.

83

கட்டுங்கள் பாலங்களை, வேலிகளையல்ல

இன்று ஒரு மிக சுவாரசியமான மனிதருடன் உரையாடினேன். அவருக்கு 32 வயது. காரிப்பியன் தீவுகளில் வளர்ந்தார். தன் ஜீவனத்திற்காக வேலிகள் கட்டிக் கொடுக்கிறார். ஒரு தத்துவ ஞானியின் இதயம்.

இந்த நாட்களில் எப்படி ஒவ்வொருவரும் வேலிகள் கட்டுவதில் ஈடுபட்டிருக்கிறார்கள் என்று கூறினார். தங்களுடைய அக்கம் பக்கத்தவர்களுக்குத் தடை போடவும் தங்களை முற்றிலும் பாதுகாத்துக் கொள்ளவும் மற்றும் பிரிவினையை வளர்க்கவும் வேலிகள் கட்டச் சொல்கிறார்கள். நான் ஸெயின்ட். வின்ஸென்டில் வளர்ந்தேன், அவர் பகிர்ந்து கொண்டார். எங்களுடைய சிறிய தீவில் நாங்கள் ஒரு பெரிய குடும்பம் போல் இருந்தோம். ஒவ்வொரு குழந்தையையும் வளர்ப்பதற்கு நிஜமாகவே கிராமம் முழுவதும் தேவைப்பட்டது. அனைவரும் ஒருவர் மற்றொருவரிடம் உரையாடினார்கள். மக்கள் ஒருவர் மற்றொருவருடன் அக்கறை காட்டினார்கள். நாங்கள் எல்லோருமே மற்றவர்கள் வாழ்க்கையின் ஒரு பகுதியாக இருந்தோம். - ஒரு நிஜமான சமூமாக வாழ்ந்தோம்.

சமூகம். அழகான வார்த்தை. நம் ஒவ்வொருவருக்கும் மனதின் ஆழத்தில் அதற்கு ஒரு தேவை இருக்கிறது. நாம் எல்லோருமே சொந்தம் கொண்டாட ஏங்குகிறோம். நாம் ஒரு பெரிய முழுமையின் ஒரு பாகம் என்று உணர விரும்புகிறோம். அது நமக்கு ஒரு பாதுகாப்பு உணர்வைத் தருகிறது. மகிழ்ச்சியைக் கொடுக்கிறது. சிறந்த ஸ்தாபனங்கள் சமூக உணர்வை வளர்க்கின்றன. மக்கள் தாங்கள் தாங்களாகவே இருப்பதில் பாதுகாப்பை உணரும் பணித்தலங்களை உருவாக்குகின்றன. சிறந்த குடும்பங்களும் அதையே தான் செய்கின்றன - ஒருவர் மற்றொருவரைக் கௌரவித்து பகிர்ந்து கொள்ளும் வளமான

தருணங்களை உருவாக்குகின்றன. ஒருகால் நாம் வேலிகள் கட்டுவைதைப் பற்றி அவ்வளவாகக் கவலைப் படக் கூடாதோ என்னவோ! பாலங்களைக் கட்டி உண்மையான பாதுகாப்பு உணர்வை உருவாக்கத் தொடங்க வேண்டுமோ என்னவோ.

நாம் எல்லோருமே சொந்தம் கொண்டாட ஏங்குகிறோம். நாம் ஒரு பெரிய முழுமையின் ஒரு பாகம் என்று உணர விரும்புகிறோம்

84

தோல்வியடைவதில் வேகம் காட்டுங்கள்

மேலும் வேகமாகத் தோல்வியடையுங்கள் என்ற சொற்றோடரை முதன் முதலில் உபயோகிப்பவன் நானல்ல என்று முதலிலேயே சொல்லி விடுகிறென். ஆனால் அது எனக்கு மிகவும் பிடித்த ஒன்று. கோகோ கோலாவின் தலைமை அதிகாரி அவர்களுடைய நிறுவனம் அப்பொழுது ஒரு புதிய கண்டுபிடிப்பு திட்டத்தை மேற்கொண்டிருக்கிறது என்றும் திட்டத்தைப் பற்றிய விவரங்கள் தி மேனிஃபெஸ்டோ ஃபார் க்ரோத் என்ற ஆவணத்தில் கொடுக்கப்பட்டிருக்கிறது என்றும் அவர்களுடைய வருடாந்திர மீட்டிங்கில் பங்குதாரர்களிடம் தெரிவித்தார். விற்பனை அதிகரித்தலுக்கும் மற்றும் புதிய கண்டுபிடிப்புகளுக்கும் 400 மில்லியன் டாலர் அதிகமாக செலவழிக்கப்படும் என்று குறிப்பிட்டார். பிறகு - இது தான் மிக முக்கியமான செய்தி - நீங்கள் சில தோல்விகளையும் காண்பீர்கள், நாம் மேலும் சிக்கலான விஷயங்களை மேற்கொள்ளும்போது மீளுருவாக்கத்தின் ஒரு பகுதியாக இது போன்ற தோல்விகளை ஏற்றுக் கொள்ளத்தான் வேண்டும், என்றும் கூறினார். வேகமாகத் தோல்வியுறுவதின் அவசியத்தை இது என்னை நினைவுபடுத்துகிறது

ஒரு பெரிய மருந்து நிறுவனத்தின் விற்பனையாளர்கள் குழுவிற்கு சற்று முன்பு நான் தலைமை பற்றி கொடுத்த ஒரு அளிக்கைக்குப் பிறகு ஒருவர் என்னிடம் வந்து : ராபின், உங்களுடைய உரை எனக்கு மிகவும் பிடித்திருந்தது. குறிப்பாக மேன்மையின் விலை தோல்வி என்ற சிந்தனையை நான் ரசித்தேன் என்று கூறினார். நம்மில் பலர் தோல்வியைக் கண்டு மிகவும் பயப்படுவதால் நாம் எதையும் முயன்று கூடப் பார்ப்பதில்லை என்பதை அது எனக்கு நினைவு படுத்தியது. (செனெகா ஒரு முறை கூறினார், விஷயங்கள் கடினமாக இருப்பதால் தான் நாம் துணிவதில்லை என்றில்லை. நாம் துணியாததால் தான் விஷயங்கள் கடினமாக

இருக்கின்றன) நம்மில் பலர் தோல்வியுற்றால் நம்மை முட்டாளாகக் காண்பார்களோ அல்லது தர்ம சங்கடத்திற்கு உட்படுவோமோ என்று அஞ்சுகிறோம்; அதனால் நாம் வாய்ப்புகளை பற்றிக் கொண்டு துணிவதில்லை. நாம் தோல்வி ஒரு கெட்ட விஷயம் என்று நினைக்கிறோம். அது தவறு. அது நல்லது. இல்லை, அது மேன்மையானது.

தோல்வியில்லாத வெற்றிகள் இங்கில்லை. வெற்றி பெறும் செய்முறையின் ஒரு பகுதியே தோல்வி. எந்தெந்த நிறுவனங்களும் மக்களும் வெற்றியின் சிகரத்தை அடைந்திருக்கிறார்களோ அவர்கள் தான் தோல்வியை அதிகமாகத் தழுவியிருக்கிறார்கள். நீங்கள் வெற்றி பெற வேண்டுமானால் தோல்வியுற வேண்டும். நீங்கள் எவ்வளவு வேகமாகத் தோல்வியுறுகிறீர்களோ அவ்வளவு வேகமாக வெற்றி பெற என்ன தேவை என்பதைத் தெளிவாகப் புரிந்து கொள்வீர்கள். ஆகையால் வேகமாகத் தோல்வியுறுங்கள். உங்கள் போட்டியாளர்களை விட அதிகமாகத் தோல்வியுறுங்கள். நீங்கள் ஒரு காலத்தில் இருந்ததை விட அதிகமாகத் தோல்வியடையுங்கள். ராபெர்ட்.எஃப்.கென்னெடியின் ஒரு மேற்கோளைச் சொல்லிவிட்டு உங்களிடமிருந்து விடை பெறுகிறேன்: எவர்கள் அதிகமாகத் தோல்வி பெறத் துணிகிறார்களோ அவர்கள் மட்டும் தான் மேன்மைய அடைய முடியும்.

தோல்வியில்லாத வெற்றிகள் இங்கில்லை. வெற்றி பெறும் செய்முறையின் ஒரு பகுதியே தோல்வி. நீங்கள் வெற்றி பெற வேண்டுமானால் தோல்வியுற வேண்டும்.

85

உங்கள் வளர்ச்சியின் தேவதைகள்

இப்பொழுது சற்று முன்புதான் எனக்கு ஒரு சிந்தனை தோன்றியது. நீங்கள் இதை முன்பு கேட்டிருப்பீர்கள். ஆனால் ஒரு நல்ல சிந்தனையைப் பற்றி நாம் எவ்வளவு அதிகமாகக் கேட்கிறோமோ அவ்வளவு அதிகமாக அதை உள்வாங்கிக் கொள்வோம். இது ஒரு சக்திமிகு புத்தகத்தை இரண்டாவது அல்லது மூன்றாவது முறை படிப்பது போல. அதை ஒவ்வொரு முறை படிக்கும்போதும் அது ஒரு புதிய புத்தகம் போலத் தோன்றும். அந்தப் புத்தகத்தில் ஏதேனும் மாற்றம் உண்டா? இல்லை. ஆனால் நீங்கள் மாறிவிட்டீர்கள். அதைப் புரிந்து கொள்ளும் உங்கள் திறன் அதிகமாகி விட்டது. உங்களுடைய உலகப் பார்வை மேலும் பரந்ததாக ஆகிவிட்டது. அதன் நுண்ணறிவை உள்வாங்கிக் கொள்ளும் உங்கள் திறன் வளர்ந்து விட்டது. ஆகையால் நீங்கள் அந்தப் புத்தகத்தில் அறிவின் ஒரு புதிய பரிமாணத்தை கண்டு கொண்டீர்கள். அந்த அறிவு எப்பொழுதுமே அங்கு இருந்தது. ஆனால் முன்பு அதைக் கண்டு கொள்ளும் பார்வை உங்களுக்கு இருக்கவில்லை.

இன்றைய ஒளிமிகு மாலைப் பொழுதில் என்னை மிகவும் உற்சாகமாக உணரவைக்கும் சிந்தனையை ஒரு எளிய சொற்றொடரில் சொல்லிவிடலாம்.: வளர்ச்சியின் தேவதைகள். இது பொருளில்லாத, பொருத்தமில்லாத விஷயமல்ல. வாழ்க்கையின் சவால்களை நல்ல வெளிச்சத்தில் பார்க்கும் ஒரு முறைதான். சவால்களை சாபங்களாகப் பார்க்காமல் ஆசீர்வாதங்களாகப் பார்ப்பது. ஏனெனில் அவைகள் அவ்வாறாக இருக்கலாம். வளர்ச்சியின் தேவதைகள். உங்களுக்கு வாழ்க்கையில் அழுத்தங்களுக்கும், போராட்டங்களுக்கும், சவால்களுக்கும் காரணமாக இருக்கும் ஒவ்வொருவரும் ஒரு விதமான தேவதை தான். அவைகள் உங்களுடைய

மேன்மையின் அடுத்த மட்டத்தை எய்துவதற்கு உங்களுக்கு மிகவும் தேவையான பாடங்களை ஏந்தி வரும் தேவதைகளாக இருக்கலாம்.

உங்களுக்குத் தொல்லை தரும் குழு உறுப்பினர் உங்களுக்குப் புரிதலைக் கற்றுக் கொடுக்கும் தேவதையாக இருக்கலாம். மோசமான விற்பனை குமாஸ்தா உங்களுக்கு கருணை காட்டுவது அல்லது தொடர்பை மேம்படுத்துவது அல்லது உங்களை விட்டுக் கொடுக்காமல் நிற்பது ஆகியவற்றைப் புரிந்து கொள்ள உதவும் தேவதையாக இருக்கலாம்.

வியாபாரத்தில் சரிவு அல்லது தொழிலில் ஏமாற்றம் உங்களுடைய உறுதியையும் விடாமுயற்சியையும் வளர்க்க அனுப்பப்பட்ட தேவதையாக இருக்கலாம். உங்கள் ஆரோக்கியத்தில் பிரச்சினையை திட்ட உணவு, முறையான உடற்பயிற்சி, ஓய்வு பெறுதல் அல்லது தியானம் செய்யக் கற்றுக் கொள்ளுதல் ஆகியவைகளுக்கு உங்களுக்கு அழைப்பு தரும் தேவதையாகப் பாருங்கள். ஒவ்வொரு பிரச்சினையும் உங்களுக்காகத் தீர்மானிக்கப்பட்டுள்ள மேம்பாட்டுக்கு வழி காட்டும் தேவதை.

வளர்ச்சிக்கான தேவதைகள். உங்கள் வாழ்க்கையின் மிகக் கடினமான விஷயம், நீங்கள் எதை அடைய வேண்டுமென்று விரும்புகிறீர்களோ அங்கு உங்களை அழைத்துச் செல்லும் சிறந்த விஷயம். உங்களுக்கு எரிச்சலும், கோபமும், துன்பமும் தரும் மக்களும் நிகழ்ச்சிகளும் உங்கள் பணியிலும், வீட்டிலும் மற்றும் வாழ்க்கையிலும் மேலும் ஒளிரத் தேவையான பாடங்களைக் கற்றுக் கொள்ள உதவும் ஆசான்கள். இப்படித்தான் நீங்கள் உருவாகுகிறீர்கள்; வளர்கிறீர்கள்.

உங்களுக்கு வாழ்க்கையில் அழுத்தங்களுக்கும்,, போராட்டங்களுக்கும், சவால்களுக்கும் காரணமாக இருக்கும் ஒவ்வொருவரும் ஒரு விதமான தேவதை தான். அவர்களே உங்களுடைய மேன்மையின் அடுத்த மட்டத்தை எய்துவதற்கு உங்களுக்கு மிகவும் தேவையான பாடங்களை ஏந்தி வரும் தேவதைகளாக இருக்கலாம்.

86

முன்னுதாரணத் தலைமை

அன்றொரு நாள் என் பழைய நண்பர் ஒருவருடன் உரையாடிக் கொண்டிருந்தேன். அவருடைய வியாபாரத்தில் அவர் சில அசத்தலான விஷயங்களைச் செய்து ஒரு அர்த்தமுள்ள வாழ்க்கை வாழ்ந்து கொண்டிருந்தார். அவர் கூறிய விஷயமொன்றை உங்களிடம் பகிர்ந்து கொள்ள விரும்புகிறேன். ஏனெனில் மற்றவர்களிடம் தாக்கம் ஏற்படுத்த ஒரு சிறந்த வழியைப் பற்றியது அது. முன்னுதாரணத் தலைமை.

ராபின், அவர் கூறினார், நீங்கள் கண்ணால் காணக்கூடிய போதனையே வாழ்க்கையில் மகத்தான போதனை. உங்களுடைய வாழ்க்கையே ஒரு போதனையாக இருக்க வேண்டும் என்று நான் அதற்கு அர்த்தம் செய்து கொண்டேன். உங்களுடைய உண்மையை வாழுங்கள். உங்களுடைய கொள்கைப்படி நடவுங்கள். உங்களுடைய தத்துவங்களின் படி பழகுங்கள். அப்படித்தான் உங்களைச் சுற்றியுள்ளவர்களை அவர்களுடைய சிறந்ததைக் கொடுக்க உங்களால் தாக்கமேற்படுத்த முடியும்.

ஒரு சிறந்த ஆட்டத்தைப் பற்றிப் பேசுவது மிக எளிது. அதன்படி வாழ்வது கடினம். ஆனால் மேன்மையானவர்கள் செய்கிறார்கள். நேர்த்தியுடன். தொடர்ந்து. உற்சாகத்துடன். புகழ் பெற்ற மனவியல் நிபுணரான ஏப்ரஹாம் மாஸ்லோ கூறியது போல, எவ்வளவு மகிழ்ச்சியானவர்களாக ஆக முடியுமோ அப்படி நாம் நிஜமாக ஆவதற்கு, நாம் முதலில் அப்படி ஆக வேண்டும்

நீங்கள் கண்ணால் காணக்கூடிய போதனையே வாழ்க்கையில் மகத்தான போதனை.

87

ஆலோசனைகளின் தொழிற்சாலையாக இருக்கவும்

ஒரு மகத்தான சிந்தனை உங்கள் வாழ்க்கையை மாற்றியமைக்கக் கூடும். - ஏன் உங்களைச் சுற்றியுள்ள உலகத்தையே கூட மாற்றியயமைக்கக் கூடும். ஆட்டத்தையே முழுவதுமாக மாற்றத் தேவைப்படுவதெல்லாம் ஒரே ஒரு மேன்மையான சிந்தனை மட்டுமே.நியூயார்க் நவீன கலைப் பொருட்கள் பொருட்காட்சி சாலையின் கட்டிடக் கலை மற்றும் வடிவமைப்பு பகுதியின் பாதுகாவலர் பாவ்லா ஆன்டோனெல்லி எழுதிய ஹம்பிள் மாஸ்டர்பீஸெஸ்; எவ்வெரிடே மார்வெல்ஸ் ஆஃப் டிஸைன் என்ற அருமையான புத்தகத்தைப் படித்துக் கொண்டிருக்கிறேன். சிறிய அத்தியாயங்களில் ஒன்றில் வடிவமைப்பாளர் டேனியல் கட்ஸிக் அவர்களைப் பற்றித் தெரிந்து கொண்டேன். ஒவ்வொரு வருடமும் தயாரிக்கப்படும் கோடிக் கணக்கான அலுமினியம் கேன்களில் அதிலேயே ஒட்டிக் கொண்டிருக்கும் முக்கோண வடிவிலுள்ள சிறிய மூடியை நீங்கள் பார்த்திருப்பீர்கள். அதைக் கண்டுபிடித்த துணிவான வினைஞர். (கனவு காண்பவர்) அந்தக் கண்டுபிடிப்பிற்கு முன் அந்தச் சிறிய மூடிகள் கேன்களிலிருந்து அகற்றப்பட்டு எறியப்பட்டதால் டன் கணக்காக உலோகக் குப்பைகள் சேர்ந்ததுமல்லாமல், கால்களைக் காயப்படுத்தும் அபாயமும் இருந்தது. அவருடைய ஒரு ஆலோசனை அதையெல்லாம் மாற்றியது.

ஒரு நாள் இரவு தன் குழந்தைகளுடன் அவர் தொலைக் காட்சி பார்த்துக் கொண்டிருந்தபோது இந்தக் யோசனை அவருக்குத் தோன்றியது. (உங்களுடைய சிறந்த யோசனைகள் நீங்கள் சற்றும் எதிர்பார்க்காத நேரத்தில் உங்களுக்குத் தோன்றும். பெரும்பான்மையான புரட்சிகரமான எண்ணங்கள் நீங்கள் மும்முரமாகப் பணியில் ஈடுபட்டிருக்கும்பொது எழுவதில்லை.

அவைகள் நீங்கள் ஜாலியாக இருக்கும்போதே தோன்றுகின்றன. ஆகையால் சில நேரங்களில் ஜாலியாக இருங்கள் - அது உங்கள் தொழிலிற்கும் உங்கள் ஆன்மாவிற்கும் கூட மிகவும் நல்லது.) அந்த யோசனையை அப்படியே நழுவ விடுவதற்குப் பதிலாக (நம்மில் பலர் அப்படி நழுவ விட்டுவிடுகிறோம்) அவர் கேனிலேயே நிற்கும் சிறிய மூடிக்கான வரைபடம் வரைந்து அதைக் குறித்துக் கொண்டார். அதை உடனேயே முறையாக வரைபடம் தயாரிக்கும் ஒருவரிடம் கொடுத்தார். அவர்கள் இருவரும் சேர்ந்து சீக்கிரமே ஒரு முன்மாதிரியைத் தயாரித்தனர். அப்புறம் என்ன?

அது உபயோகத்திற்கு வந்தது. என்னுடைய ஆலோசனையை நினைவுகூருங்கள். நீங்கள் ஒரு யோசனை தொழிற்கூடமாக ஆக வேண்டும். நிச்சயமாகப் அது மட்டும் போதாது. உங்களுடைய மகத்தான யோசனைகளுக்கு உயிரூட்டி அவைகளைக் குறைகளில்லாமல் நிறைவேற்ற வேண்டும். இரண்டையும் சேர்த்தால் நீங்கள் மிகவும் மதிப்பு வாய்ந்த எதையாவது தயாரிக்கலாம். அற்புதமாக இருக்குமல்லவா?

ஒரு மகத்தான சிந்தனை உங்கள் வாழ்க்கையை மாற்றியமைக்கக் கூடும். - ஏன் உங்களைச் சுற்றியுள்ள உலகத்தையே கூட. ஆட்டத்தையே முழுவதுமாக மாற்றத் தேவைப்படுவதெல்லாம் ஒரே ஒரு மேன்மையான சிந்தனை மட்டுமே.

88

உங்கள் உண்மையைப் பேசுங்கள்

சென்ற வார இறுதியில் நானும் குழந்தைகளும் நோவாஸ்கோஷியாவிலுள்ள ஹாலிஃபாக்ஸுக்குத் திரும்பவும் சென்றோம். அட்லான்டிக் சமுத்திரக் கரையில் அமைந்த அந்த அற்புதமான நகரத்தில் மனிதர்கள் மிக விசேஷமானவர்கள். அசத்துமளவிற்கு நல்ல மீனும் வறுவலும் கிடைக்கும் (நான் வளர்ந்த இடமும் இது தான்). ஒரு நண்பனின் நாற்பதாவது திருமண நாளைக் கொண்டாடுவதற்காக அங்கு சென்றிருந்தோம். நாங்கள் ஒரு புத்தகக் கடையிலிருந்து வெளியே வந்து கொண்டிருந்தபோது, அங்கு ஒரு கார் போய்க் கொண்டிருந்தது. அதன் பம்பரில் ஒட்டப்பட்டிருந்த ஸ்டிக்கரை நான் மறக்கவே மாட்டேன். உங்கள் உண்மையைக் கூறுங்கள் - உங்கள் குரல் நடுங்கும்போதும் என்று கூறியது அது. அற்புதம்.

இன்றைய நாட்களில் அளவிற்கதிகமான மக்கள் அளவிற்கதிகமாகப் பேசுகிறார்கள். டன் கணக்கில் வெற்று வாக்குறுதிகள். ஒன்றுக்கும் உதவாத கம்பீரமான அறிக்கைகள். உண்மையான தலைவர்கள் வித்தியாசமானவர்கள். அவர்கள் குறைவாகப் பேசி நிறைவான செயல்களில் ஈடுபடுகிறார்கள். அமைதியான தலைவர்களை நான் நேசிக்கிறேன். இந்த ஓசையில்லாத ஆன்மாக்கள் வாக்குறுதிகளைக் குறைவாகக் கொடுத்து அதை விட அதிகமாக நிறைவேற்றுகிறார்கள். மேலும் அவர்கள் பேசும்போது உண்மையைப் பேசுகிறார்கள். ஒரு மனிதனின் வாக்கு அவருடைய பத்திரம் என்று நம்மில் சிறந்தவர்கள் நம்புகிறோம். காப்பாற்றப்பட்ட ஒவ்வொரு வாக்குறுதியும் நம்பகத்தன்மையை வளர்க்கிறது; அதுவே நம்பிக்கையின் அஸ்திவாரம். ஆகையால் உங்கள் வாக்குகளைக் காப்பாற்ற உறுதியெடுத்துக் கொள்ளுங்கள்.

உங்கள் பட்டம் எதுவாக இருந்தாலும் நீங்கள் ஒரு உண்மையான தலைவராக இருக்கமுடியும். எந்தப் பாத்திரமும் சிறிய பாத்திரமல்ல, என்று நாடக அரங்கில் சொல்லிக் கொள்வது வழக்கம். அது போல் வாழ்க்கையில் எந்த மனிதனும் முக்கியத்துவமற்றவன் என்று இல்லை. (மேன்மையாகச் செய்யப்படும் எல்லாத் தொழில்களும் மேன்மையானவையே என்று கூறுகிறார் ஆலிவர் வென்டெல் ஹோம்ஸ்)

உங்கள் பணியிலும் வீட்டிலும் ஒரு தாக்கத்தை ஏற்படுத்த, ஒரு மாறுதலை உருவாக்க, உங்கள் திறனை வெளிப்படுத்த ஒவ்வொரு நாளும் உங்களுக்கு ஒரு வாய்ப்பு. நேர்மையாக, துணிவாக எதையும் திறந்து பேசும் இயல்பே தொண்டர்களிடமிருந்து தலைவர்களைப் பிரித்துக் காட்டும் விஷயங்களில் ஒன்று. அவர்களுக்கு அது அச்சம் தந்தாலும், அவர்கள் குரல் நடுங்கினாலும் அவர்கள் அதையே செய்கிறார்கள்.

> நேர்மையாக, துணிவாக எதையும் திறந்து பேசும் இயல்பே தொண்டர்களிடமிருந்து தலைவர்களைப் பிரித்துக் காட்டும் விஷயங்களில் ஒன்று. அவர்களுக்கு அது அச்சம் தந்தாலும், அவர்கள் குரல் நடுங்கினாலும், அவர்கள் அதையே செய்கிறார்கள்.

89

தலைமை இல்லத்திலிருந்து தொடங்குகிறது

நான் ஒரு மீட்டிங்கிற்குச் சென்று கொண்டிருந்தபோது என் கவனத்தைக் கவர்ந்த விளம்பரம் ஒன்றைப் பார்த்தேன். உங்கள் குழந்தைகளுக்கு நீங்கள் என்ன கற்றுக் கொடுக்கிறீர்கள்? ஒரு மகத்தான சிந்தனை? தலைமை உண்மையிலேயே வீட்டில் தான் தொடங்குகிறது.

நாம் நடத்தும் வாழ்க்கையாலும் காட்டும் உதாரணங்களாலும் நம் குழந்தைகளுக்கு என்ன கற்றுக் கொடுத்துக் கொண்டிருக்கிறோம்? உங்கள் குழந்தைகளிடம் ஒரு தாக்கத்தை ஏற்படுத்த சிறந்த வழி, நீங்கள் உங்களுக்கே உண்மையாக இருந்து, உங்களால் முடிந்த அளவிற்கு சிறப்பாக வாழ்ந்து, அதன் மூலம், அவர்களுடைய பாதை வேறானலும், அதே பண்புகளைப் பின்பற்ற வழி வகுப்பதே. உங்களுடைய ஒவ்வொரு நடத்தையையும் ஒவ்வொரு செயலையும் கவனித்துக் கொண்டிருக்கும் அந்தப் பிஞ்சுத் தலைவர்களுக்கு நீங்கள் என்ன செய்திகளை அனுப்பிக் கொண்டிருக்கிறீர்கள்? உங்களுடைய நாட்டங்கள் ஒவ்வொன்றிலும் சிறப்பாகப் பணியாற்றி என்ன சாத்தியக்கூறுகள் என்பதை அவர்களுக்குக் காண்பித்துக் கொண்டிருக்கிறீர்களா? அல்லது நீங்கள் சராசரியாக இருப்பதை ஏற்றுக் கொண்டு அவர்களும் சராசரியாக இருந்தால் போதும் என்று கற்றுக் கொடுத்துக் கொண்டிருக்கிறீர்களா?

பழம் மரத்திலிருந்து வெகு தூரத்தில் விழாது. நீங்கள் நினைத்துக் கொண்டிருப்பதை விட அதிகமாகவே உங்கள் குழந்தைகள் உங்களைப் போலவே தான் ஆவார்கள். உங்கள் குழந்தைகள் மேன்மையடைய நீங்கள் உதவ முடியும். அது நீங்கள் காட்டும் வழியிலிருந்து ஆரம்பிக்கிறது.

பழம் மரத்திலிருந்து வெகு தூரத்தில் விழாது. நீங்கள் நினைத்துக் கொண்டிருப்பதை விட அதிகமாகவே உங்கள் குழந்தைகள் உங்களைப் போலவே தான் ஆவார்கள்.

90

விதிகளை மதிக்கவும்

பணித்தலத்தில் மரியாதை என்ற பொருளைக் கண்டால் கண்கள் அதைக் கண்டு கொள்ளாமலே அடுத்த பொருளுக்குத் தாவி விடும். இந்தக் கோட்பாடு மிக நிதர்சனமாகத் தெரிவதால் இதில் விவாதிப்பதற்கு ஒன்றுமில்லை போல் தோன்றும். உங்கள் ஊழியர்களை நீங்கள் நன்றாக நடத்தினால் அவர்களும் உங்கள் வாடிக்கையாளர்களை நன்றாக நடத்துவார்கள் என்பது நம் எல்லோருக்கும் தெரியும். அவர்களிடம் அக்கறையுடனிருந்து, அவர்களிடம் மதிப்பும் நம்பிக்கையும் வைத்தால் ஊழியர்கள் தங்கள் பணியில் மேம்பாடுடன் ஈடுபடுவார்கள் என்பதும் நம் எல்லோருக்கும் தெரியும். எங்கு அவர்களால் வளர முடியுமோ, எங்கு அவர்களுக்கு நண்பர்கள் உள்ளார்களோ, எங்கு அவர்கள் அவர்களாகவே இருக்க முடியுமோ அது போன்ற ஒரு நிறுவனத்தில் பணியாற்ற அனைவரும் விரும்புகிறார்கள் என்பது நம் எல்லோருக்கும் புரிகிறது. அல்லது புரியவில்லையா?

மேலெழுந்தவாரியாகப் பார்க்கும்போது தெளிவாக இருப்பது போல் தெரியும் பொருளான பணித்தலத்தில் மரியாதை பற்றி சிரோடா சர்வே இன்டெல்லிஜென்ஸ் என்ற நிறுவனம் 370378 ஊழியர்களிடம் நடத்திய ஒரு ஆய்வைச் சற்று முன்பு படித்தேன். அதன் முடிவு என்னவென்று தெரியுமா? ஆய்வில் பங்கு கொண்ட அத்தனை நபர்களில், மேலாண்மையல்லாத பதவிகளில் பணியாற்றும் ஊழியர்களில் 21 சதவிகிதம் மட்டுமே, மேலாண்மை தங்களுக்கு அளிக்கும் மரியாதை மிக நன்று என்று குறிப்பிட்டிருந்தார்கள். நம் ஸ்தாபனங்களுக்குள் மரியாதைக்கு நாம் தரும் முக்கியத்துவம் நாம் நினைப்பது போல் அவ்வளவாக வேரூன்றவில்லை போல் தெரிகிறது. இது ஒரு அருமையான வாய்ப்பு.

எந்த நபர்கள் மிகவும் மதிக்கப்படுவதாக உணர்ந்தார்களோ அவர்கள் தாங்கள் பணியாற்றும் நிறுவனத்திடம் அதிகமான விசுவாசத்தையும் உணர்ந்தார்கள் என்பதையும் இந்த ஆய்வு உறுதிப்படுத்தியது. உயர் திறனை ஈர்ப்பது மற்றும் தக்க வைத்துக் கொள்வது இரண்டும் வெற்றிக்கு முக்கியக் காரணங்களாக இருக்கும் இன்றைய உலகத்தில், விசுவாசத்தை அதிகமாக வளர்க்கும் எதையும் அவசியம் நாம் செய்ய வேண்டும்.

ஆகையால் விதிகளை மதிக்கவும். மக்களை நன்றாக நடத்துவது உங்களை உச்சத்துக்குக் கொண்டு செல்கிறது. உங்கள் குழு உறுப்பினர்களை விசேஷமானவர்களாக உணர வைப்பது தான் உங்கள் முதல் வேலை. ஏனெனில் அவர்கள் விசேஷமானவர்கள்.

பணித்தலத்தில் மரியாதையைக் கட்டவிழ்த்து விட்டு பரப்ப சில நடைமுறை உத்திகள் இங்கே தரப்பட்டுள்ளன.

- ப்ளீஸ் மற்றும் 'தாங்க் யூ வைத் தாராளமாக உபயோகியுங்கள்

- நேரத்திற்கு வாருங்கள் (நேரத்திற்கு வருவது மேன்மையானவர்களின் அடையாளம்)

- மேம்பாடான செயல்களுக்கு மக்களுக்குப் பரிசளியுங்கள்.

- செவிமடுப்பதில் சிறப்பெய்துங்கள் (அதற்காகவே மக்கள் உங்களை நேசிப்பார்கள்)

- உங்களுடன் பணி புரிவர்களுக்குப் பயிற்சியளித்து அவர்களுடைய திறன்களை உணர உதவுங்கள் (நாம் எல்லோருமே மேலும் சிறப்பு பெற விரும்புகிறோம்)

- உங்கள் நன்றியை எழுத்து மூலம் தெரிவியுங்கள்

- நேர்மையையும் உண்மை பேசுவதையும் ஊக்குவியுங்கள்

- புத்திசாலித்தனமான புது முயற்சிகள் எடுக்கவும் தோல்வியுறவும் மக்களுக்கு சுதந்திரம் அளியுங்கள்.

* படைப்பாற்றலையும் நம்பகத்தனமையையும் ஊக்குவியுங்கள்.

மக்கள் மதிக்கப்படுவதாக உணர்ந்தால் அவர்களைப் பற்றிச் சிறப்பாக உணர்வார்கள். சிறப்பாக உணரும் மக்கள் சிறப்பாகப் பணியாற்றுவார்கள்.

உங்கள் குழு உறுப்பினர்களை
விசேஷமானவர்களாக உணர வைப்பது தான்
உங்கள் முதல் வேலை.

91

மைக்கேல்.ஜே.ஃபாக்ஸிடமிருந்து கற்றுக் கொள்ளுங்கள்

அன்றொரு இரவு என்.பீ.ஸீ தொலைக்காட்சி நட்சத்திரம் மைக்கேல்.ஜே.ஃபாக்ஸைப் பேட்டி செய்து கொண்டிருப்பதை பார்த்தேன். அவருக்கு பார்க்கின்ஸன் (உடல் தளர்ச்சி) நோய் இருப்பது ஒருகால் உங்களுக்குத் தெரிந்திருக்கும். அந்த நிலைமை நம்மில் பெரும்பான்மையோரை வீழ்த்திவிடும். ஆனல் எம்.ஜே.எஃப்ஃபிடம் அது நடக்கவில்லை. பார்க்கின்ஸன் நோய் அவர் வாழ்க்கையில் பல பேறுகளை கொண்டு வந்தது என்று உண்மையிலேயே உணர்கிறேன் என்று அவர் கூறுகிறார். அது எப்படி மேலெழுந்தவாரியான எல்லா விஷயங்களையும் தள்ளிவிட்டு மேலும் வளமான விஷயங்களான ஞானம், புரிதல் மற்றும் அன்பிற்கு வழி வகுத்தது என்பதைப் பேட்டியின் போது பகிர்ந்து கொண்டார்.

சக்திமிகு சிந்தனை: வாழ்க்கையின் மிகத் துன்பமான அனுபவங்களே நம் சிறந்த விஷயங்களுக்கு நம்மை அறிமுகப்படுத்தும் சூழ்நிலைகளாக அமைகின்றன. சுகமான காலங்களில் நாம் ஆழமில்லா முயற்சிகளிலும் இன்பனுகர்வுகளிலும் மாட்டிக் கொள்கிறோம். கடினமான நேரங்கள் நம்மை ஆழத்திற்குச் செல்ல வைக்கின்றன. அர்த்தமில்லா விஷயங்கள் அப்பால் தள்ளப்பட்டு முக்கியமானவைகளில் நாம் கவனம் செலுத்துகிறோம். குடும்பம், நண்பர்கள், உறவுகள், நம்முடைய சிறந்தவற்றை உலகத்திற்கு காட்டுவது, ஒவ்வொரு நாளையும் ஒரு பரிசாக எண்ணி மகிழ்வது ஆகியவற்றில் ஈடுபட்டு, நாம் கண்ட உலகத்தை மேலும் சிறப்பாக விட்டுச் செல்வதில் கவனம் செலுத்துகிறோம்.

ஒவ்வொரு வாழ்க்கையும் முடியக் கூடிய ஒன்று தான். நாம் எவ்வளவு நாட்கள் வாழ்ந்தாலும் நாம் எல்லோருமே அந்த முடிவை நோக்கித்தான் சென்று கொண்டிருக்கிறோம். நாம்

அறிவதற்கு முன்பாகவே நாம் எல்லோரும் புழுதியாகி விடுவோம் என்பதை நினைத்துப் பார்க்கும்போது உங்களைத் தற்பொழுது கட்டுப்படுத்தும் விஷயங்கள் (பயம், கர்வம், கடந்த கால ஏமாற்றங்கள் போன்றவை) மங்கி மறைந்து விடுகின்றன. ஒளிர்வதற்கும், மேன்மையடையவதற்குமான நேரம் இப்பொழுதே என்பது உங்களுக்குப் புலப்படுகிறது.

ஆகையால் உமக்கு நன்றி, மைக்கேல் ஜே ஃபாக்ஸ் அவர்களே. உங்கள் துணிவையும் தலைமையையும் காண்பித்ததற்காக. மனம் திறந்து பேசியதற்காக. இந்த மிக இருண்ட உலகில் ஒளி விளக்காக இருப்பதற்காக.

ஒவ்வொரு வாழ்க்கையும் முடியக் கூடிய ஒன்று தான். நாம் எவ்வளவு நாட்கள் வாழ்ந்தாலும் நாம் எல்லோருமே அந்த முடிவை நோக்கித்தான் சென்று கொண்டிருக்கிறோம்.

92

பயண முடிவு போல் பயணமும் நன்றே

ஜீக்யூ பத்திரிகையின் ஒரு இதழில் காடிலாக் கார் விளம்பரத்தில் இதைப் படித்தேன். நடிகர் ஆண்டி கார்ஷியா இப்படிச் சொன்னதாக அது கூறுகிறது: ஒரு இலக்கை நோக்கிப் போகும்போது, அந்தப் பயணத்தின் முக்கியத்துவத்தை நாம் மறந்து விடக் கூடாது. அதைச் சொல்வதற்கு அவர் பயன்படுத்திய வார்த்தைகளை நான் மிகவும் பாராட்டுகிறேன். ஒரு விளைபயனை நோக்கிச் செல்லும் பயணம் - அந்த விளைபலன் உங்கள் வாழ்க்கைக்காக நடத்தும் பணிகளில் அற்புதமாக இருப்பினும் அல்லது உங்கள் வாழ்க்கையை வாழும் விதமாக இருப்பினும் - அந்தப் பயணம் விளைபலன் அளவிற்கு (அதை விட அதிகமாக இல்லாவிட்டாலும்) முக்கியமானது. நான் என்ன சொல்ல வருகிறேனென்றால் மலையில் ஏறும் அனுபவம் சிகரத்தை எட்டிப் பிடித்தபின் கிடைக்கும் பரிசை விட அதிக மதிப்பும் அதற்கு ஈடான பேற்றையும் தரவல்லது என்பதை நீங்கள் உணர வேண்டும். ஏன்? ஏனெனில் உங்கள் சிந்தனையில் ஏற்படும் ஏற்றம் உங்கள் ஆளுமையை உருவாக்குகிறது; உங்களுடைய திறன்களைப் புரிந்து கொள்ள வாய்ப்பளிக்கிறது: மேலும் வெற்றிக்காக நீங்கள் எவ்வளவு முனைவீர்கள் என்பதைப் பரிசோதிக்கிறது. அந்த ஏறுதல் தான் உங்களுக்கு பாடம் கற்பிக்கிறது, உங்களை உருமாற்றம் செய்கிறது மற்றும் உங்கள் உள்ளே இருக்கும் மேதாவித் தன்மையை வெளிக் கொணர்கிறது. மேன்மையின் குணங்களான விடாமுயற்சி / துணிவு / மீண்டெழுதல் / கருணை / புரிதல் ஆகியவற்றை வளர்க்க முடிகிறது. நிச்சயமாக, உங்கள் கனவு-இலக்கை அடைவது ஒரு இனிய அற்புதம் தான். உங்களுடன் அதை ஒப்புக்கொள்வதில் முதல்வனாக இருப்பேன். ஆனால் பயணத்தின் போது உங்களுக்குத் தொடர்ந்து கிடைக்கும் வெகுமதிகளுக்கு அது ஈடாகாது. நாம் வெற்றி அடைந்த சமயத்தை விட நம்மைப்

பரிசோதிக்கும் காலத்திலிருந்து நாம் அதிகமாகக் கற்றுக் கொள்கிறோம்.

ஆகையால் நீங்கள் விரும்பும் தொழில் ரீதியான அல்லது தனிப்பட்ட வாழ்க்கையை நோக்கிச் சென்று கொண்டிருக்கும்போது, பொறுமையின்மையையோ, இயலாமையையோ அல்லது நம்பிக்கையிழப்பையோ உணர்ந்தால், நீங்கள் இருக்கும் சூழ்நிலை நீங்கள் இருக்க வேண்டிய சூழ்நிலைகளிலேயே மிகச் சிறந்த ஒன்று என்பதை நினைவில் வைத்துக் கொள்ளுங்கள். மேலும் உங்கள் பயண இறுதியை விட பயணம் சிறந்தது என்பதையும் எண்ணிப் பாருங்கள்.

நான் என்ன சொல்ல வருகிறேனென்றால் மலையில் ஏறும் அனுபவம் சிகரத்தை எட்டிப் பிடித்தபின் கிடைக்கும் பரிசை விட அதிக மதிப்பும் அதற்கு ஈடான பேற்றையும் தரவல்லது என்பதை நீங்கள் உணர வேண்டும்.

93

எது வெற்றி?

என்னைப் பொறுத்தவரை வெற்றியென்பது உங்களுடைய உயர் கொள்கைகளையும் ஆழமான நம்பிக்கைகளையும் மற்றும் மேன்மையான கனவுகளையும் பிரதிபலிக்கும் வாழ்க்கையை உருவாக்கும் செயல்களில் மகிழ்ச்சியுடன் ஈடுபட்டுக் கொண்டிருப்பதுதான். இந்தக் கூற்றில் ஏராளமான விஷயங்கள் இருப்பதால் அதைப் பிரித்துப் பார்த்து அதைப் பற்றிச் சிந்திக்க அழைக்கிறேன். நீங்கள் எண்ணியபடி உங்கள் வாழ்க்கையை உருவாக்கும் செயல்கள் - இந்தப் பகுதியைப் பற்றி எண்ணிப் பாருங்கள். (முடிவில் அடையும் சாதனையை விட அதற்கான பயணமே சிறந்தது). அந்தப் பயணத்தில் மகிழ்ச்சியுடன் ஈடுபடுவது என்பது இன்னொரு பாகம். ஏனெனில் வாழ்க்கை மகிழ்வுடன் இருப்பதற்கே. அடுத்ததாக உங்கள் கொள்கைகள் மற்றும் நம்பிக்கைகளின்படி வாழ்வது என்பது உங்களுக்கே நீங்கள் உண்மையாக இருந்து உங்கள் நியதிப்படி உங்கள் வாழ்க்கையை வாழ்வது. மேலும் உங்கள் கனவுகளைத் தொடரும் விஷயம் - இவைகள் தான் நீங்கள் ஒவ்வொரு நாளும் படுக்கையிலிருந்து எழுவதற்குக் காரணமாக இருந்து உங்கள் இதயத்தை நம்பிக்கைகளால் நிரப்புகின்றன.

இது எனக்கு மார்க் ட்வைனின் வார்த்தைகளை நினைவிற்குக் கொண்டு வருகிறது: இன்னும் இருபது வருடங்கள் பொறுத்து நீங்கள் நிறைவேற்றிய செயல்களைக் காட்டிலும் நீங்கள் செய்யத் தவறிய செயல்களுக்காக அதிகமாக ஏமாற்றமடைவீர்கள். ஆகையால் கட்டுகளை அவிழ்த்து விடுங்கள். பாதுகாப்பான துறைமுகத்திலிருந்து வெளியேறுங்கள். வீசும் காற்றை உங்கள் பாய்மரம் ஏந்தட்டும். ஆய்வுப்பயணம் தொடங்கட்டும். கனவுகளை நனவாக்குங்கள். கண்டறியுங்கள். அது தான் உண்மையான வெற்றி.

என்னைப் பொறுத்தவரை வெற்றியென்பது
உங்களுடைய உயர் கொள்கைகளையும்
ஆழமான நம்பிக்கைகளையும் மற்றும்
மேன்மையான கனவுகளையும்
பிரதிபலிக்கும் வாழ்க்கையை உருவாக்கும்
செயல்களில் மகிழ்ச்சியுடன் ஈடுபட்டுக்
கொண்டிருப்பதுதான்.

94

உங்களுடைய மிகவுயர்ந்த சுதந்திரம்

நாஸிகளின் சித்திரவதை முகாமில் அடைத்து வைக்கப்பட்டு உயிர் தப்பிய ஆஸ்திரிய மனவியல் சிகிச்சை வல்லுனர் விக்டர் ப்ராங்கால் எழுதப்பட்ட :மான்ஸ் ஸர்ச் ஃபார் மீனிங்க் (மனிதனின் அர்த்தம் தேடல்) எனக்கு மிகவும் பிடித்த புத்தகங்களில் ஒன்று. அவரைச் சுற்றியிருந்த பலர் மடிந்தனர். அவர்கள் நம்பிக்கையை இழந்தனர். அவர்கள் துன்பத்தில் வீழ்ந்து மரணமடைந்தனர். மிக உயர்ந்த சுதந்திரம் எது என்று நான் நம்பும் தத்துவத்தைப் பிரயோகித்ததனால் அந்தச் சோதனையிலிருந்து அவர் மீள முடிந்தது. அதுதான் நமக்கு நடப்பது எப்படிப்பட்ட நிகழ்ச்சியாக இருந்தாலும் அதற்கு பதிலியக்கத்தைத் தேர்ந்தெடுக்கும் நம்முடைய சக்தி. அந்த நிகழ்ச்சியில் நாம் சில நன்மைகளைக் காணலாம் அல்லது அதில் உள்ள கெட்ட விஷயங்களால் மனம் நொந்து போகலாம். ஃப்ராங்க்ல் எழுதுகிறார், ஒரு மனிதனிடமிருந்து எல்லாவற்றையும் பறித்து விடலாம் ஒரு விஷயத்தைத் தவிர, அது தான் குறிப்பிட்ட சந்தர்ப்ப சூழ்நிலைகளை எப்படி எடுத்துக் கொள்வது, என்ன செய்வது என்ற மனோபாவத்தைத் தேர்ந்தெடுக்கும் அவனுடைய கடைசி சுதந்திரம். என்ன ஒரு அற்புதமான சிந்தனை.

> ஒரு மனிதனிடமிருந்து எல்லாவற்றையும் பறித்து விடலாம் ஒரு விஷயத்தைத் தவிர, அது தான் குறிப்பிட்ட சந்தர்ப்ப சூழ்நிலைகளை எப்படி எடுத்துக் கொள்வது, என்ன செய்வது என்ற மனோபாவத்தைத் தேர்ந்தெடுக்கும் அவனுடைய கடைசி சுதந்திரம்.

95

ஹாலிவுட்டை நோக்கி

ஓர் இரவு டானி ட்யூஷுடன் தி பிக் ஐடியா என்ற தொலக் காட்சி நிகழ்ச்சியைப் பார்த்துக் கொண்டிருந்தேன். நான் அவ்வளவாக தொலைக் காட்சி பார்ப்பதில்லை. ஆனால் அவருடைய நிகழ்ச்சி எனக்குப் பிடித்த ஒன்று. சிறந்த விருந்தினர்கள். சுவாரசியமான உள் நோக்குகள். டன் கணக்கில் ஊக்கம். லாஸ் வேகாஸில் ஒரு மணி நேரத்திற்கு 8.50 டாலர் என்று டிராம் ஓட்டிக் கொண்டிருந்து பிறகு கிரைம் சீன் இன்வெஸ்டிகேஷன் என்ற பிரபலமான தொலைக் காட்சி நிகழ்ச்சியை உருவாக்கியவரை பேட்டி கண்டு கொண்டிருந்தார். அப்படியென்ன அவர் செய்து விட்டார்? அவர் சாதாரணமாகக் காட்டப்படும் போலீஸ் நிகழ்ச்சிகளை ஆய்வுத்துறை (ஃபாரென்ஸிக்) யோடு இணைக்கும் திரைக்கதைகளாக எழுதினார். அந்த உத்தி அவருக்கு அபார வெற்றி தந்து அவரைச் செல்வந்தராக்கியது. அது திரைக்கதைகள் மற்றும் ஹாலிவுட் எழுத்தாளர்கள் பற்றி என்னையும் சிந்திக்க வைத்தது. அவர்கள் கதைகளை அவர்களே எழுதினார்கள். கதாபாத்திரங்களையும் அவர்களே பட்டியலிட்டார்கள். பிறகு அனைத்தும் எப்படி முடிகிறது என்று அவர்களே தீர்மானித்தார்கள். நீங்களும் அப்படித்தான். வாழ்க்கை எப்படிப் போகும் என்று நாம் கணிக்க முடியாது என்பது உண்மைதான். பல வழிகளில் பார்த்தால் எதிர்பாராமல் விஷயங்கள் நடக்கும் என்று மட்டுமே நாம் எதிர்பார்க்க முடியும். ஆனால் நம்முடைய கதைகளை எழுதி அவைகளை தினமும் செயலாற்ற நம்மால் முடிந்ததைச் செய்தால் அப்படிச் செய்யாதவர்களை விட நம்முடைய முடிவுகளின் நெருக்கத்தில் நம்மால் செல்ல முடியும். நாமே நம் கதைகளை எழுதினால் நம்முடைய தொழில் ரீதியான மற்றும் தனிப்பட்ட பேரார்வங்கள் நிஜமாகவே உண்மையாகலாம். அது மிகவும் அற்புதமல்லவா?

நாமே நம் கதைகளை எழுதினால் நம்முடைய
தொழில் ரீதியான மற்றும் தனிப்பட்ட
பேரார்வங்கள் நிஜமாகவே உண்மையாகலாம்.
அது மிகவும் அற்புதமல்லவா?

96

மேன்மையின் சுமை

ஹிலாரி ஸ்வாங்கின் சக்திமிகு ஃப்ரீடம் ஃபைட்டேர்ஸ் திரைப்படத்தை என் குழந்தைகளுடன் சற்று முன்பு திரும்பவும் பார்த்தேன். எது அதிமுக்கியமானது என்பதை அதன் கதை எனக்கு ஞாபகப்படுத்தியது. நம்முடைய வாழ்வின் முடிவில் மிஞ்சி நிற்கும் ஒரே விஷயம் நாம் என்னவாக ஆனோம், நாம் வித்தியாசமாக என்ன செய்தோம் மற்றும் நாம் கொடுத்த அன்பு. இவை தான். ஒரு காட்சியில் கதையில் வரும் தந்தை, மற்ற ஆசிரியைகள் முடியாதென்று கைவிட்டுவிட்ட உள்ளூர் குழந்தைகளுக்கு ஊக்கம் தந்த தன் ஆசிரியை மகளிடம் சொல்கிறார்: சுமைகளை ஏற்கும் பெரும் பேறு பெற்றாய் . நம் ஒவ்வொருவருக்கும் அது உண்மை என்று நான் நினைக்கிறேன். கூகுளின் இணை நிறுவனர் லாரி பேஜ் ஒரு முறை கூறியது போல, உண்மையில் தலைமை என்பது முடியாது என்பதை ஒரு பொழுதும் ஒத்துக் கொள்ளாமல் இருப்பதே நம் எல்லோருக்கும் நம்மைச் சிறப்பாக்கும் திறன்களும், திறைமைகளும் வளங்களும் இருக்கின்றன. அந்தப் பேறுகளோடு இணந்து சில பொறுப்புகளும் வருகின்றன. அந்தத் திறைமைகளைப் பயன்படுத்த. அவைகளை மேம்படுத்த. அவைகளுக்கு மெருகேற்றி மேலும் ஒளிரச்செய்து அதனால் அவைகளின் மதிப்பை மேலும் கூட்டி நம்மைச் சுற்றியுள்ள உலகத்தை உயர்த்த. (எவராலும் அணிய முடியாத காலணிகளை விட்டுச் செல்லுங்கள் என்று நம்மை ஊக்குவிக்கும் ஹார்லீ டேவிட்ஸன் நிறுவனத்தின் விளம்பரத்தை நான் போற்றுகிறேன்) மேன்மையை அடைவதற்கு உங்கள் மீதான சுமையை மறப்பது உங்கள் வாழ்க்கையின் அழைப்பை புறக்கணிப்பதாகும். அதை விட மிகப் பெரிய தோல்வி இல்லை.

நம்முடைய வாழ்வின் முடிவில் மிஞ்சி நிற்கும் ஒரே விஷயம் நாம் என்னவாக ஆனோம், நாம் வித்தியாசமாக என்ன செய்தோம் மற்றும் நாம் கொடுத்த அன்பு இவை தான்.

97

தீவிரமான வாழ்க்கை வாழுங்கள்

என்னுடைய சங்கீதம் ஓசை மிகுந்ததாகவும், என் காபி ஸ்ட்ராங்காகவும் என் கனவுகள் பெரிதாகவும் இருப்பது எனக்கு பிடிக்கும். என் நாட்கள் வர்ணமயமாகவும், மக்கள் ஆர்வம் மிக்கவர்களாகவும், உரையாடல்கள் என்னுடைய சிறப்பை வெளிக்கொணர்வனாகவும் இருப்பதை நான் விரும்புகிறேன். நாளை என்று ஒன்று இல்லை போல் நான் வாழ வேண்டும், எனக்குள் இருக்கும் மேம்பாட்டை நான் சாதிக்க வேண்டும், மற்றும் என் வாழ்க்கையில் உறவாடும் மக்களிடம் நான் நிஜமாகவே அன்பு செலுத்த வேண்டும். இந்த உலகத்தை உயர்த்த நான் என் பங்கைச் செய்ய வேண்டும். நான் செறிவுடன் தீவிரமாக வாழ விரும்புகிறேன்.

என்ன அழகான வார்த்தை: செறிவு. உங்கள் வாழ்க்கை செயல்கள் நிறைந்ததாக இருக்கட்டும். தீவிரமாக விளையாடுங்கள், முனைப்பாக இருங்கள். உயரத்தை எட்டிப் பிடியுங்கள். திரும்பிப் பார்க்காதீர்கள். உண்மையுடன் இருங்கள். மேன்மையுடன் இருங்கள். கண்ணீர் வருமளவிற்கு வாழ்க்கையை நடத்துங்கள் என்று கூறுகிறார் நாவலாசிரியர் ஆல்பர்ட் காமஸ். அந்த வரி எனக்கு மிகவும் பிடித்த ஒன்று.

நிச்சயமாக நாம் பயணத்தை அனுபவித்து மகிழ வேண்டும், அதை லேசாக எடுத்துக் கொண்டு நம் துணிவிற்கும் கருணைக்கும் இடையே ஒரு சமநிலை எய்த வேண்டும். ஆனால் அவை எல்லாவற்றிலும் அசாதாரண ஆர்வத்துடனும், தைரியத்துடனும் கண்களில் ஒளியுடனும் செயல்படுங்கள். உங்கள் செயல்களில் ஒரு தீவிரம் இருக்கட்டும். எல்லா மேன்மையானவர்களும் அப்படித்தான் செய்கிறார்கள்

அவை எல்லாவற்றிலும் அசாதாரண
ஆர்வத்துடனும், தைரியத்துடனும் கண்களில்
ஒளியுடனும் செயல்படுங்கள். உங்கள்
செயல்களில் ஒரு தீவிரம் இருக்கட்டும்.

98

உங்கள் முத்திரையைப் பதியுங்கள்

பெஸ்ட் லைஃப் பத்திரிகையின் இதழ் ஒன்றில் ஜார்ஜ் க்ளூனி கூறிய ஒரு வரியைப் பார்த்தேன். உங்கள் வாழ்க்கையில் உங்கள் முத்திரையைப் பதிக்க உங்களுக்கு குறுகிய காலமே இருக்கிறது. எல்லோரும் அறிந்த விஷயம் தான். இருக்கலாம். ஆனால் உண்மை.

உங்களுடைய அன்றாட நடைமுறைகளில் சிக்கிக் கொண்டு உங்கள் பாரம்பரியத்தை உருவாக்க நீங்கள் மறந்து போவது சுலபமாக நடக்கக்கூடியது தான். உங்களுடைய பிரச்சினைகளில் கவனம் முழுவதையும் செலுத்தி உங்கள் லட்சியங்களைத் தொடருவதை விட்டுவிடுவதும் சுலபம் தான். உங்கள் வாழ்க்கையின் சாதாரண நாட்டங்களில் இழுக்கப்பட்டு அசாதாரணமானவைகளை பார்க்கத் தவறுவதும் சுலபம் தான். இருப்பினும் வாழ்க்கை அதிர்ச்சி தரும் வேகத்தில் சுழன்று கொண்டிருக்கிறது. அதனால் நீங்கள் ஒவ்வொரு நாளையும் உங்கள் முத்திரையைப் பதிக்க ஏதாவது ஒரு விஷயத்தைச் செய்யப் பயன்படுத்தி, உங்கள் தொலை நோக்கை நோக்கி முன்னேறி, உங்கள் ஒளியாக ஆக முயலவில்லையானால், உண்மையில் எது கணிக்கப்படுமோ அதைத் தவற விட்டு விடுவீர்கள். ஆலோசகர் ரிச்சர்ட் லெய்டர் அவர்கள் சொன்னது என் நினைவிற்கு வருகிறது. 65 வயதிற்கும் அதிகமான சில நபர்களிடம் உங்கள் வாழ்க்கையைத் திரும்ப வாழ முடிந்தால் நீங்கள் வித்தியாசமாக என்ன செய்வீர்கள் என்ற கேள்வி கேட்கப்பட்டது. அவர்கள் மூன்று விஷயங்களைச் சொன்னார்கள்: 1.நான் ஆசுவாசப்படுத்திக் கொள்ள நேரம் எடுத்துக் கொண்டு முக்கியமான கேள்விகளைக் கேட்பேன். 2.நான் என் பணியிலும் அன்பிலும் மேலும் துணிவுடன் செயலாற்றி மேலும் ஆபத்தான விஷயங்களை மேற்கொள்ளுவேன். 3. நான் ஒரு நோக்கத்துடன்

வாழ- ஒரு மாறுதலை உருவாக்க முயலுவேன். இது கூற வேண்டிய அனைத்தையும் கூறி விடுகிறது.

நீங்கள் ஒவ்வொரு நாளையும் உங்கள் முத்திரையைப் பதிக்க ஏதாவது ஒரு விஷயத்தைச் செய்யப் பயன்படுத்தி, உங்கள் தொலை நோக்கை நோக்கி முன்னேறி, உங்கள் ஒளியாக ஆக முயலவில்லையானால், உண்மையில் எது கணிக்கப்படுமோ அதைத் தவற விட்டு விடுவீர்கள்.

99

உங்கள் பணிக்கு உருவம் கொடுங்கள்

நான் இதை எழுதும்போது அதிகாலை. என் நூலகத்தில் இளைப்பாறிக் கொண்டிருக்கிறேன். லூஷியானோ லிகாப்யூவின் சங்கீதத்தைக் கேட்டுக் கொண்டு. இவர் ஒரு அசாதாரணமான ராக் சங்கீத நட்சத்திரம். நான் ரோம் சென்றிருந்தபோது இவர் இசையைக் கேட்டு அதில் மயங்கினேன். கடந்த சில வாரங்களாக அவருடைய சங்கீதம் எங்கள் வீட்டின் அஸ்திவாரத்தையே அதிரச் செய்து கொண்டிருக்கிறது. நான் தலைமை மற்றும் வாழ்க்கை பற்றிச் சிந்தித்துக் கொண்டிருக்கிறேன்.

வானிடி ஃபேர் என்ற பத்திரிகையின் இதழ் ஒன்றில் தற்பொழுது 80 வயதாகி சிறு நீரகம் வேலை செய்யாமல் போராடிக் கொண்டிருக்கும் எழுத்தாளர் ஆர்ட் புச்வால்ட் பற்றிய ஒரு சிறிய குறிப்பைப் படித்தேன். மரணத்தை நெருங்கிக் கொண்டிருக்கும்போது மனிதன் வாழ்க்கையில் எது முக்கியம் என்பதைப் புரிந்து கொள்கிறான். அவனுக்கு அபாரமான தெளிவு பிறக்கிறது. நாம் இளைஞர்களாக இருக்கும்போது எந்த விஷயங்கள் மிக முக்கியம் என நினைத்தோமோ அவற்றையெல்லாம் கழற்றி எறிகிறோம். நம்மை உண்மையுடன் இணைக்கிறது (அந்த உண்மை நமக்கு சுதந்திரம் தருகிறது, அல்லவா)

ஒரு முழுமையான சந்தோஷம் என்றால் என்ன? என்று அவருடன் கேட்கப்பட்டது. ஆரோக்கியமாய் இருப்பது, அவர் பதில். நீங்கள் எந்தத் திறனை வைத்துக் கொள்ள மிக அதிகமாக விரும்புகிறீர்கள் என்று கேட்கப்பட்டதற்கு அவருடைய பதில், :வாழ்வது. பிறகு, நீங்கள் மிக அதிகமாக மதிக்கும் செல்வம் என்ன? என்று கேட்கப்பட்டது. என்னுடைய எழுத்துக்கள் அனைத்தும் - என்னுடைய 32 புத்தகங்களும் மேலும் அனைத்து பத்திகளும். நானும் நீங்களும் எடுத்துச் செல்ல ஒரு ஞானக் குறிப்போ?

உங்கள் வாழ்க்கையின் மூலம் உங்களை விடப் பெரிய ஒன்றை, உங்கள் வாழ்க்கை முடிந்த பிறகும் நிற்கும் ஒன்றை நீங்கள் உருவாக்கும்போது மேன்மை வருகிறது. சட்ட பூர்வ ஒப்புதல், அங்கீகாரம், கௌரவம், செல்வம் எல்லாமே சிறந்தவைகள் தான். இவை எல்லாமே மனிதனால் தேடப்படுபவைகள் தான். ஆனால் இவைகளை விட முக்கியமானது ஒன்று இருக்கிறது. அது தான் பாரம்பரியம். ஒரு வித்தியாசத்தை ஏற்படுத்துவது. ஒரு தாக்கத்தை ஏற்படுத்துவது. விசேஷமான ஒன்றை உருவாக்குவது. அர்த்தமுள்ள ஒன்றை உருவாக்குவது.

உங்களுக்குப் பிறகு வரும் தலைமுறை நீங்கள் இங்கு இருந்தீர்கள் என்று தெரிந்து கொள்ளும் வகையில் வாழ்க்கையில் உங்கள் பணிக்கு என்ன உருவம் கொடுக்கப்போகிறீர்கள்? எப்படிப்பட்ட துணிவான செயல்களையும் தைரியமான மாற்றங்களையும் செய்வீர்கள்? உங்களுக்குள் உறங்கிக் கிடக்கும் மேன்மையை இந்தத் தருணத்திலேயே வெளியே கொண்டு வர, இன்றைய தினத்தின் ஒளியையே அது காண என்ன செய்யப் போகிறீர்கள்? நீங்கள் மிகவும் மதிக்கும் உங்கள் சொத்தின் உருவம் எப்படியிருக்கும்? நீங்கள் பேறாகப் பெற்ற அந்தத் திறன்களையெல்லாம் பயன்படுத்தி நீங்கள் என்ன செய்திருப்பீர்கள்? சிந்தித்துப் பார்க்கிறேன்.

> உங்கள் வாழ்க்கையின் மூலம் உங்களை விடப் பெரிய ஒன்றை, உங்கள் வாழ்க்கை முடிந்த பிறகும் நிற்கும் ஒன்றை நீங்கள் உருவாக்கும்போது மேன்மை வருகிறது.

100

மண்டேலா போல மகத்துவமாய்

நான் நெல்ஸன் மண்டேலாவைப் பற்றிய ஒரு அருமையான புத்தகத்தைப் படித்துக் கொண்டிருக்கிறேன். நான் மிகவும் போற்றும் ஒரு மனிதர். லட்சியவாதி. சுதந்திரத்துக்காகப் போராடியவர். மனிதர்கள் எந்த அளவிற்கு உயரலாம் என்பதற்கு ஒரு அற்புதமான உதாரணம். (அவர் சவுத் ஆப்ரிக்கா வின் பிரஸிடென்டாகப் பதவி ஏற்கும்போது, தன்னுடைய முன்னாள் ஜெயிலர்களில் மூன்று பேரைத் திறப்பு விழாவிற்கு அழைத்தார் - அவருடைய மன்னிக்கும் குணத்திற்கு வேறு உதாரணமும் வேண்டுமோ?)

அந்தப் புத்தகத்தில் பில் க்ளின்டனின் முகவுரையிலிருந்து சில பகுதிகளை உங்களிடம் பகிர்ந்து கொள்ள விரும்புகிறேன். ஏனெனில் அது, மகத்தான கனவுகள் காண்பவர்களாக, பதவியில்லாத் தலைவர்களாக, நம்மில் சிறந்ததை வெளிப்படுத்த விழையும் மனிதர்களாக நீங்களும் நானும், செல்ல வேண்டிய பாதையைப் பற்றிக் கூறுகிறது.

"ஒவ்வொரு முறையும் நெல்ஸன் மண்டேலா ஒரு அறைக்குள் நுழையும்போது, நாம் எல்லோரும் சிறிது பெரிதாக உணர்கிறோம்; நாங்கள் எழுந்து நிற்க விரும்புகிறோம்; அவரைப் பாராட்ட விரும்புகிறோம். ஏனெனில் நம்முடைய மகத்தான தினத்தில் அவராகவே இருக்க விரும்புகிறோம்".

நெல்ஸன் மண்டேலா மனிதர்கள் எந்த அளவிற்கு உயரலாம் என்பதற்கு ஒரு அற்புதமான உதாரணம்

101

நீங்கள் மேன்மையாக இருப்பீர்களா இன்று முதல்?

இந்தப் புத்தகத்தை இன்று படிக்கும் உங்களில் ஒருவர் தன்னுடைய உலகத்திலிருந்து வெளியே வந்து, அவரை மேன்மையின் அடுத்த மட்டத்திற்கு உயர்த்தும் எதையாவது செய்வார். உங்கள் பக்கத்தில் இருப்பவர்களில் ஒருவர் அடுத்த சில மணி நேரங்களில் தன்னுடைய தரத்தை உயர்த்திக் கொண்டு தன்னுடைய உயர்ந்த திறனை உச்சத்திற்கு எடுத்துச் செல்லத் தீர்மானிப்பார். உங்களைச் சுற்றியுள்ளவர்களில் ஒருவர் - அவர் செய்வது ஒரு சிறிய விஷயமாகத் தோன்றினாலும், காலப் போக்கில் அவருடைய வாழ்க்கையின் எல்லாப் பரிமாணங்களிலும் அசத்தும் மேம்பாடுகளையும் விளைபலன்களையும் ஏற்படுத்தும் ஏதாவது ஒன்றைத் தொடங்குவார். நீங்கள் ஏன் அந்த நபராக இருக்கக் கூடாது?

ஏதோ ஒருவர் எப்பொழுதோ சொன்னதை மறந்து விடுங்கள், சின்னதாகச் சிந்திப்பவர்கள் சொல்வதைக் கேட்பதை நிறுத்துங்கள். உங்களை விமர்சனம் செய்பவர்களின் குரலை அடக்கி விடுங்கள். உண்மையைப் புரிந்து கொள்ளுங்கள். உங்கள் வாழ்க்கையில் நீங்கள் மகத்தான விஷயங்களைச் சாதிக்கப் பிறந்தவர். இந்த உலகத்தில் வெளியே சென்று சிறப்பெய்துங்கள். இல்லை. மகத்தான சிறப்பெய்துங்கள். ஒவ்வொரு முறையும் அந்த அழைப்பைச் செவிமடுக்க நீங்கள் மறுக்கும்போது உங்களுக்கே நீங்கள் துரோகம் இழைத்துக் கொள்கிறீர்கள்.

ஆகையால் உங்களைக் கௌரவித்துக் கொள்ளுங்கள். இந்த தினத்தையும் - உங்கள் வாழ்க்கையையும் - ஒரு மறக்க முடியாத விசேஷ தினமாக ஆக்குங்கள். இன்று எடுத்து வைக்கும் ஒரு சிறிய அடி, காலப் போக்கில் பிரம்மாண்டமான விளைவுகளை ஏற்படுத்தும். நீங்கள் உண்மையில் யாரென்று ஞாபகப்படுத்திக்

கொள்ளுங்கள். நீங்கள் அனைவரும் பதவியில்லாத் தலைவர்களாகவும், சிகரங்களை வெல்வதற்காகவும் விஷயங்களை மேம்பாடடையச் செய்வதற்காகவும் படைக்கப்பட்டவர்கள். தத்துவ ஞானி மார்க்கஸ் ஆரீலியஸ் அவர்கள் கூறிய வார்த்தைகளை உங்களிடம் பகிர்ந்து கொண்டு விடை பெறுகிறேன்: ஒரு குணவான் ஒவ்வொரு நாளையும் அவனுடைய கடைசி நாள் போல் வாழ்ந்து கொண்டு, ஒரு பொழுதும் கலவரப்படாமல், ஒருபொழுதும் தன்னிரக்கம் கொள்ளாமல், ஒரு பொழுதும் பொய்யாக வாழாமல் இருக்கும்போது நிறைவு பெறுகிறான். மிக அருமையாகக் கூறியிருக்கிறார். நீங்கள் மேன்மை பெற வாழ்த்துகிறேன்.

உண்மையைப் புரிந்து கொள்ளுங்கள். உங்கள் வாழ்க்கையில் சாதனைகள் புரியவே நீங்கள் வந்திருக்கிறீர்கள்.
